HINN EKTA CHAFFLE MAÐKABÓK

100 QUICK KETOGENIC VÖFFLUR TIL AÐ BYRJA DAGINN, LÉTTAST OG LIFA HEILBRIGÐARA

Njála Kristjánsdóttir

Allur réttur áskilinn.

Fyrirvari

Upplýsingunum sem er að finna í þessari rafbók er ætlað að þjóna sem yfirgripsmikið safn aðferða sem höfundur þessarar rafbókar hefur rannsakað. Samantektir, aðferðir, ábendingar og brellur eru eingöngu mælt með af höfundi og lestur þessarar rafbókar mun ekki tryggja að niðurstöður manns muni nákvæmlega endurspegla niðurstöður höfundar. Höfundur rafbókarinnar hefur lagt allt kapp á að veita lesendum rafbókarinnar núverandi og nákvæmar upplýsingar. Höfundur og félagar hans munu ekki bera ábyrgð á óviljandi villu eða vanrækslu sem kunna að finnast. Efnið í rafbókinni getur innihaldið upplýsingar frá þriðja aðila. Efni frá þriðja aðila samanstanda af skoðunum frá eigendum þeirra. Sem slíkur tekur höfundur rafbókarinnar ekki ábyrgð eða ábyrgð á efni eða skoðunum þriðja aðila.

Rafbókin er höfundarrétt © 2022 með öllum rétti áskilinn. Það er ólöglegt að endurdreifa, afrita eða búa til afleitt verk úr þessari rafbók í heild eða að hluta. Enga hluta þessarar skýrslu má afrita eða endursenda á nokkurn hátt afritað eða endursenda á nokkurn hátt án skriflegs og undirritaðs leyfis höfundar.

EFNISYFIRLIT

EFNISYFIRLIT..3

KYNNING...7

EINFALDIR KAFFLAR..9

   1. Lagskipt ostakafflar..10
   2. Köflur Með Keto Ís..12
   3. Bruschetta Chaffle...15
   4. Egglausar Psyllium Husk Chaffles....................................17
   5. Mozzarella & möndlumjöl köflur......................................19
   6. Cheddar & Egg White Chaffles...21
   7. Rjómalöguð kjúklingakafflasamloka................................23
   8. Grasker & Pecan Chaffle...25
   9. Kryddaðir Jalapeno & Bacon Chaffles..............................28
   10. Kúrbít Parmesan köflur...31
   11. Cheddar & möndlumjöl köflur..33
   12. Einfalt og byrjenda-kaffla..35
   13. Sharp Cheddar Chaffles...37
   14. Egglausar möndlumjölsköfflur.......................................39
   15. Mozzarellas & Psyllium Husk Chaffles...........................41
   16. Grasker-kanill Churro stangir...43
   17. Jalapeño kjúklingur...46
   18. Súkkulaði og möndlukaffla...48
   19. Keto Chocolate Fudge Chaffle..51
   20. Spergilkál og ostakaffla...54
   21. Rjómaostakaffi...57
   22. Hvítlaukur..60
   23. Kanillduft köflur..63
   24. Köflur með hindberjasírópi...66
   25. Egglausar kókosmjölsköffur...69
   26. Cheeseburger Chaffle..72
   27. Buffalo Hummus Nautakaffur..75

28. Basic Mozzarella Chaffles 78
29. Brie og Blackberry Chaffles 80
30. Turkey Chaffle hamborgari 83
31. Tvöfaldur Choco Chaffle 86
32. Guacamole kafflabitar 89
33. Majónes og rjómaostur 91
34. Gráðostur kafflabitar 93
35. Uppskrift fyrir kex og sósusafa 95
36. Einfalt Chaffle Toast 98
37. Bragðmikið nautakjöt 100
38. Köflur með möndlumjöli 103
39. Hnetusmjörkafflar 106
40. Keto Reuben Chaffles 109
41. Gulrótarkaflakaka 112
42. Colby Jack sneiðar Chaffles 115
43. Egg og graslaukur Samlokurúlla 117
44. Basic Chaffles samlokur 119
45. Kornkaflakaka 121
46. Bacon & Chicken Ranch Chaffle 124
47. Keto Cocoa Chaffles 126
48. Grillkaffi 128
49. Kjúklingur og kaffla Nachos 130
50. Skinku-, ostur- og tómatkafflasamloka 133

HÁDEGISVERÐUR KAFFLAR 135

51. Kjúklingabitar með köflum 136
52. Stökkur fiskur og kafflabitar 139
53. Grillið svínakafflasamloka 142
54. Hádegisdiskur með köflum og kjúklingi 145
55. Kaffeleggjasamloka 148
56. Chaffle Minutes Sandwich 150
57. Kaffelostasamloka 153
58. Chicken Zinger Chaffle 155
59. Tvöfaldar kjúklingakafflar 158
60. Köflur með áleggi 161
61. Kafla með osti og beikoni 164

62. Grill nautasteik og kaffla 167
63. Blómkálskafflar Og Tómatar 169

UPPSKRIFT Í MORGUNKJÖFLU 172

64. Morgunverður kafflasamloka 173
65. Hnetusmjör og hlaupkafflur 176
66. Halloumi ostur 179
67. Morgunverður Chaffle 181
68. Kjötætur kafli 183
69. Blómkálskaffi 185
70. Hot Dog Chaffles 187
71. Pandan asískar köflur 189
72. Ham og Jalapenos Chaffle 191
73. Heitar skinkukafflar 194
74. Beikon- og eggjakafflur 197
75. Ostalaus morgunmatur Chaffle 199
76. Beikonkaffla eggjakaka 201
77. Avocado Chaffle Ristað brauð 204
78. Keto Chaffle Vöffla 207
79. Keto-kaffla toppað með saltkaramellusírópi 209
80. Keto Chaffle Beikonsamloka 212
81. Stökkur kúrbítkaffi 214
82. Buffalo hummus nautakjöt chaffless 217
83. Blómkál Kalkúnn Chaffle 220
84. Kafla með pylsusósu 223
85. Humar Chaffle 226
86. Bragðmikið svínabörkur 229
87. Reyktur lax 232
88. Grilluð steik 234
89. Lítil morgunverðarkafflur 237
90. Stökkar köflur með eggi og aspas 240
91. Ljúffeng hindber taco köfflur 243
92. Kókoshnetukafflar 246
93. Eggjahræra á vorlaukskaffli 249
94. Egg á cheddar osti 252
95. Avocado Chaffle Ristað brauð 255

96. Cajun & Feta Chaffles..258
97. Stökkar köflur með pylsum...261
98. Chili Chaffle...264
99. Einfalt bragðmikið kaffla..267
100. Pizza Chaffle..270

NIÐURSTAÐA..**273**

KYNNING

Vöfflur eru frábærar. Til eru ýmsar tegundir af vöfflum; það er auðvelt að finna einn til að elska. Eða jafnvel búa til glænýtt bragð. Taktu klassíska vöfflu, bættu einhverju sérstöku ofan á, eða skiptu aðeins um deig, og voila, þú hefur fundið upp nýja vöfflu!

En hvað ef þú ert á ketó mataræði? Hvernig borðarðu enn vöfflur? Viðbrögðin eru kjaftæði!

Kafflar eru ótrúlegar einar og sér, með sérstöku, áberandi bragði. Eins og venjulegar vöfflur, þá er nóg af stílum fyrir alla til að finna uppáhalds.

Þessi bók hefur það að markmiði að koma lesandanum inn í kaflagerð. Að vera tilvísun í allt sem viðkemur þessari aðferð. Og vonandi gerir það einmitt það.

Svo, flettu þessari síðu og byrjaðu! Köflur eru tilbúnar til að elda þær og njóta!

Hvað er "Chaffle"?

Kafla er keto vöffla. Það er kallað kaffla vegna þess að eitt aðal innihaldsefnið er rifinn ostur, þar af leiðandi CHaffle í stað vöfflu því köflur eru ostavöfflur. Frekar flott, ekki satt?

Vöfflur eru venjulega gerðar úr deigi sem byggir á hveiti en kaffla er úr eggjum og osti. Það hljómar undarlega, en það virkar!

Vöfflur eru fullkomin leið fyrir þá sem eru á ketó mataræði til að fá sér vöfflulögun. Þeir eru líka fullkomin leið til að borða minna kolvetni á meðan þú borðar það sem þú vilt! Jafnvel þó það sé breytt útgáfa. Það eru líka til óteljandi afbrigði af hráefni.

Hvernig á að búa til köflur?

Til að búa til köfflur þarf fimm grunnskref og ekkert annað en vöffluvél fyrir flatar köflur og vöffluskál fyrir köffluskálar.

Til að búa til köfflur þarftu tvö nauðsynleg innihaldsefni - egg og ost. Uppáhalds ostarnir mínir eru cheddar ostur eða mozzarella ostur. Þetta bráðnar auðveldlega, sem gerir þá að leiðarljósi fyrir flestar uppskriftir. Á meðan skaltu alltaf ganga úr skugga um að ostarnir þínir séu fínt rifnir eða þunnar sneiðar til notkunar.

EINFALDIR KAFFLAR

1. Lagskipt ostakafflar

Undirbúningstími: 8 mínútur

Eldunartími: 5 mínútur

Skammtar: 2

HRÁEFNI:

1 lífrænt egg, þeytt

1/3 bolli Cheddar ostur, rifinn

½ tsk malað hörfræ

¼ tsk lífrænt lyftiduft

2 msk parmesanostur, rifinn niður

LEIÐBEININGAR:

Forhitið og smyrjið smávöfflujárnið.

Þeytið allt hráefnið nema parmesan í skál þar til það hefur blandast vel saman.

Setjið helminginn af parmesanostinum í botninn á forhitaða vöfflujárninu.

Setjið helminginn af eggjablöndunni yfir ostinn og setjið afganginn af parmesanosti yfir.

Eldið í um það bil 3 mínútur eða þar til þær eru gullinbrúnar.

Njóttu.

2. Köflur Með Keto ís

Undirbúningstími: 10 mínútur

Eldunartími: 14 mínútur

Skammtar: 2

HRÁEFNI:

1 egg, þeytt

1 bolli fínt rifinn mozzarellaostur

¼ bolli möndlumjöl

2 msk swerve konfektsykur

1/8 tsk xantangúmmí

Kolvetnalítill ís til framreiðslu

LEIÐBEININGAR:

Forhitið vöfflujárnið.

Hellið hráefninu í skál nema ísinn..

Opnaðu járnið og bætið helmingnum af blöndunni út í. Lokið og eldið þar til stökkt, 7 mínútur.

Færið kaffið yfir á disk og búið til annan með afganginum af deiginu.

Bætið skeið af lágkolvetnaís á hverja kaffu, brjótið saman í hálftungla og njótið.

3. Bruschetta Chaffle

Undirbúningstími: 10 mínútur

Eldunartími: 5 mínútur

Skammtar: 2

HRÁEFNI:

2 grunnkafflar

2 matskeiðar sykurlaus marinara sósa

2 matskeiðar mozzarella, rifinn

1 msk ólífur, sneiddar

1 tómatur sneiddur

1 msk ketóvæn pestósósa Basilikablöð

LEIÐBEININGAR:

Smyrjið marinara sósu á hverja kaffu.

Skeið pestó og dreifið ofan á marinara sósuna.

Toppið með tómötum, ólífum og mozzarella.

Bakið í ofni í 3 mínútur eða þar til osturinn hefur bráðnað.

Skreytið með basil.

Berið fram og njótið.

4. Egglausar Psyllium Husk Chaffles

Undirbúningstími: 8 mínútur

Eldunartími: 4 mínútur

Skammtar: 3

HRÁEFNI:

1 únsa Mozzarella ostur, rifinn

1 msk rjómaostur, mildaður

1 matskeið psyllium hýði duft

LEIÐBEININGAR:

Forhitið vöfflujárn og smyrjið það svo.

Blandið öllu hráefninu saman í blandara þar til það myndast örlítið molalaus blanda.

Setjið blönduna í forhitað vöfflujárn og eldið í um 4 mínútur eða þar til hún er gullinbrún.

Berið fram heitt.

5. Mozzarella & möndlumjöl köfflur

Undirbúningstími: 10 mínútur

Eldunartími: 8 mínútur

Skammtar: 4

HRÁEFNI:

1 bolli Mozzarella ostur, rifinn

1 stórt lífrænt egg

2 matskeiðar hvítt möndlumjöl

¼ tsk lífrænt lyftiduft

LEIÐBEININGAR:

Forhitið lítið vöfflujárn og smyrjið.

Í skál, þegar það er vel blandað saman, bætið við og blandið öllu hráefninu saman með gaffli.

Setjið hluta af blöndunni í forhitaða vöfflujárnið og eldið þar til hún er gullinbrún, eða í um það bil 4 mínútur.

Endurtaktu með blöndunni sem eftir er.

Berið fram heitt.

6. Cheddar & Egg White Chaffles

Undirbúningstími: 9 mínútur

Eldunartími: 12 mínútur

Skammtar: 2

HRÁEFNI:

2 eggjahvítur

1 bolli Cheddar ostur, rifinn

LEIÐBEININGAR:

Forhitið lítið vöfflujárn og smyrjið það síðan.

Setjið eggjahvítur og ost í litla skál og hrærið saman.

Setjið ¼ af blöndunni í forhitað vöfflujárn og eldið í um það bil 4 mínútur eða þar til þær eru gullinbrúnar.

Endurtaktu með afganginum af blöndunni.

Berið fram heitt.

7. Rjómalöguð kjúklingakafflasamloka

Undirbúningstími: 10 mínútur

Eldunartími: 10 mínútur

Skammtar: 2

HRÁEFNI:

Matreiðslusprey

1 bolli kjúklingabringur, í teningum

Salt og pipar eftir smekk

1 bolli alhliða rjómi

4 hvítlaukskafflur Steinselja, söxuð

LEIÐBEININGAR:

Úðið olíu á pönnuna.

Settu það yfir meðalhita.

Bætið kjúklingaflakabitunum saman við.

Kryddið með salti og pipar.

Lækkið hitann og bætið rjómanum út í.

Dreifið kjúklingablöndunni ofan á kafið.

Skreytið með steinselju og toppið með annarri kaffli.

8. Grasker & Pecan Chaffle

Undirbúningstími: 10 mínútur

Eldunartími: 10 mínútur

Skammtar: 2

HRÁEFNI:

1 egg, þeytt

1 bolli mozzarella ostur, rifinn

1 tsk graskerskrydd

1 matskeið maukað grasker

2 matskeiðar möndlumjöl

1 tsk sætuefni

2 matskeiðar pekanhnetur, saxaðar

LEIÐBEININGAR:

Kveiktu á vöffluvélinni.

Þeytið eggið í skál.

Hrærið restinni af hráefnunum saman við.

Settu helminginn af blöndunni inn í tækið.

Lokaðu lokinu.

Eldið í 5 mínútur.

Fjarlægðu kafið varlega.

Endurtaktu skrefin til að búa til seinni kaffuna.

9. Kryddaðir Jalapeno & Bacon Chaffles

Undirbúningstími: 10 mínútur

Skammtar: 2

Eldunartími: 5 mínútur

HRÁEFNI:

1 únsa. rjómaostur

1 stórt egg

1/2 bolli cheddar ostur

2 msk. beikonbitar

1/2 msk. jalapenos

1/4 tsk lyftiduft

LEIÐBEININGAR:

Kveiktu á vöffluvélinni þinni.

Smyrðu vöffluvélina þína með matreiðsluúða og láttu það hitna.

Blandið fyrst saman eggi og vanilludropa í skál.

Bætið lyftidufti, jalapenos og beikonbitum út í.

Bætið síðast ostinum út í og blandið saman.

Hellið köffludeiginu í formið og eldið þær í um 2-3 mínútur

Þegar köflur eru soðnar, takið þær úr mótaranum.

Berið fram heitt og njótið!

10. Kúrbít Parmesan köflur

Undirbúningstími: 10 mínútur

Eldunartími: 14 mínútur

Skammtar: 2

HRÁEFNI:

1 bolli rifinn kúrbít

1 egg, þeytt

1 bolli fínt rifinn parmesanostur

Salt og nýmalaður svartur pipar

LEIÐBEININGAR:

1. Forhitið vöfflujárnið.

Setjið síðan allt hráefnið í meðalstóra skál.

Opnaðu járnið og bætið helmingnum af blöndunni út í. Lokið og eldið þar til stökkt, 7 mínútur.

Fjarlægðu kaffuna á disk og búðu til aðra með afganginum af blöndunni.

Skerið hverja kaffu í báta og berið fram á eftir.

11. Cheddar & möndlumjöl köflur

Undirbúningstími: 10 mínútur

Eldunartími: 10 mínútur

Skammtar: 2

HRÁEFNI:

1 stórt lífrænt egg, þeytt

bolli Cheddar ostur, rifinn 2 msk möndlumjöl

LEIÐBEININGAR:

Forhitið lítið vöfflujárn og smyrjið það síðan.

Setjið eggið, cheddarostinn og möndlumjölið í skál og þeytið þar til það hefur blandast vel saman.

Setjið hluta af blöndunni í forhitaða vöfflujárnið og eldið þar til hún er gullinbrún eða í um það bil 5 mínútur.

Endurtaktu með afganginum af blöndunni.

Berið fram heitt.

12. Einfalt og byrjenda-kaffla

Undirbúningstími: 10 mínútur

Skammtar: 2

Eldunartími: 5 mínútur

HRÁEFNI:

1 stórt egg

1/2 bolli mozzarella ostur, rifinn

Matreiðslusprey

LEIÐBEININGAR:

Kveiktu á vöffluvélinni þinni.

Blandið egginu með gaffli í lítilli blöndunarskál.

Þegar eggið hefur verið þeytt er mozzarella bætt út í og blandað vel saman.

Sprayið vöffluvélina með matreiðsluúða.

Hellið köfflublöndunni í forhitaðan vöffluvél og látið malla í um 2-3 mínútur.

Þegar köflurnar eru soðnar, takið þær varlega úr mótaranum og eldið afganginn af deiginu.

Berið fram heitt með kaffinu og njótið!

13. Sharp Cheddar Chaffles

Undirbúningstími: 10 mínútur

Eldunartími: 10 mínútur

Skammtar: 2

HRÁEFNI:

1 lífrænt egg, þeytt

1 bolli skarpur Cheddar ostur, rifinn

LEIÐBEININGAR:

Forhitið lítið vöfflujárn og smyrjið það síðan.

Setjið eggið og ostinn í litla skál og hrærið saman.

Setjið hluta af blöndunni í forhitað vöfflujárn og eldið í um það bil 5 mínútur eða þar til þær eru gullinbrúnar.

Endurtaktu með afganginum af blöndunni.

Berið fram heitt.

14. Egglausar möndlumjölsköfflur

Undirbúningstími: 10 mínútur

Eldunartími: 10 mínútur

Skammtar: 2

HRÁEFNI:

2 matskeiðar rjómaostur, mildaður

1 bolli mozzarella ostur, rifinn

2 matskeiðar möndlumjöl

1 tsk lífrænt lyftiduft

LEIÐBEININGAR:

Forhitið lítið vöfflujárn og smyrjið það síðan.

Setjið svo allt hráefnið í skál þar til það er vel blandað saman.

Setjið hluta af blöndunni í forhitaða vöfflujárnið og eldið þar til hún er gullinbrún, eða í um það bil 4 mínútur.

Endurtaktu með blöndunni sem eftir er.

15. Mozzarellas & Psyllium Husk Chaffles

Undirbúningstími: 10 mínútur

Eldunartími: 8 mínútur

Skammtar: 2

HRÁEFNI:

1 bolli Mozzarella ostur, rifinn

1 stórt lífrænt egg, þeytt

2 matskeiðar hvítt möndlumjöl

1 tsk Psyllium hýði duft

¼ tsk lífrænt lyftiduft

LEIÐBEININGAR:

Forhitið lítið vöfflujárn og smyrjið það síðan.

Setjið í skál og blandið vel saman, öllu hráefninu.

Setjið hluta af blöndunni í forhitað vöfflujárn og eldið í um 4 mínútur eða þar til þær eru gullinbrúnar.

Endurtaktu með afganginum af blöndunni.

Berið fram heitt.

16. Grasker-kanill Churro stangir

Undirbúningstími: 10 mínútur

Eldunartími: 14 mínútur

Skammtar: 2

HRÁEFNI:

3 msk kókosmjöl

bolli graskersmauk 1 egg, þeytt

½ bolli fínt rifinn mozzarellaostur

2 msk sykurlaust hlynsíróp + meira til framreiðslu

1 tsk lyftiduft

1 tsk vanilluþykkni

1 tsk graskerskryddkrydd

1/8 tsk salt

1 msk kanillduft

LEIÐBEININGAR:

Forhitið vöfflujárnið.

Blandið saman í lítilli skál, öllu hráefninu þar til það hefur blandast vel saman.

Opnaðu járnið og bætið helmingnum af blöndunni út í.

Lokið og eldið í 7 mínútur, þar til gullinbrúnt og stökkt.

Fjarlægðu kaffið á disk og gerðu 1 í viðbót með afganginum af deiginu.

Skerið hverja kaffu í stangir, dreifið ofan á meira hlynsíróp og berið fram á eftir.

17. Jalapeño kjúklingur

Undirbúningstími: 10 mínútur

Eldunartími: 14 mínútur

Skammtar: 2

HRÁEFNI:

1/8 bolli fínt rifinn parmesanostur

bolli fínt rifinn cheddarostur 1 egg, þeytt

½ bolli eldaðar kjúklingabringur, skornar í teninga

1 lítil jalapeño pipar, fræhreinsuð og söxuð 1/8 tsk hvítlauksduft

1/8 tsk laukduft

1 tsk rjómaostur, mildaður

LEIÐBEININGAR:

Forhitið vöfflujárnið.

Blandið öllu hráefninu saman þar til það er rétt blandað.

Opnaðu járnið og bætið helmingnum af blöndunni út í. Lokið og eldið þar til stökkt, 7 mínútur.

Færðu kaffuna yfir á disk og búðu til aðra kaffuna á sama hátt.

Látið kólna og berið fram á eftir.

18. Súkkulaði og möndlukaffla

Undirbúningstími: 6 mínútur

Eldunartími: 12 mínútur

Skammtar: 2

HRÁEFNI:

1 egg

1 bolli mozzarella ostur, rifinn

1 únsa. rjómaostur

2 tsk sætuefni

1 tsk vanillu

2 matskeiðar kakóduft

1 tsk lyftiduft

2 matskeiðar möndlur, saxaðar

4 matskeiðar möndlumjöl

LEIÐBEININGAR:

Blandið öllu hráefninu saman í skál á meðan vöffluvélin er að forhita.

Hellið smá af blöndunni í vöffluvélina.

Lokaðu og eldaðu í 4 mínútur.

Færið kaffið yfir á disk. Látið kólna í 2 mínútur.

Endurtaktu skrefin með því að nota blönduna sem eftir er.

19. Keto Chocolate Fudge Chaffle

Undirbúningstími: 10 mínútur

Eldunartími: 14 mínútur

Skammtar: 2

HRÁEFNI:

1 egg, þeytt

1 bolli fínt rifinn Gruyere ostur

2 msk ósykrað kakóduft

1 tsk lyftiduft

1 tsk vanilluþykkni

2 msk erýtrítól

1 tsk möndlumjöl

1 tsk þungur þeyttur rjómi

Klípa af salti

LEIÐBEININGAR:

Forhitið vöfflujárnið.

Í meðalstórri krukku, bætið öllu hráefninu saman við og blandið vel saman.

Opnaðu og berðu helminginn af blöndunni á straujárnið. Lokaðu og eldaðu í 7 mínútur, þar til gullinbrúnt og stökkt.

Fjarlægðu kaffið á disk og búðu til annað með afganginum af deiginu.

Skerið hverja kaffu í báta og berið fram á eftir.

20. Spergilkál og ostakaffla

Undirbúningstími: 10 mínútur

Eldunartími: 8 mínútur

Skammtar: 2

HRÁEFNI:

1 bolli spergilkál 1 egg, þeytt

1 msk möndlumjöl

1 tsk hvítlauksduft

½ bolli cheddar ostur

LEIÐBEININGAR:

Forhitaðu vöffluvélina þína.

Bætið spergilkálinu í matvinnsluvélina.

Púlsaðu þar til það er saxað.

Bætið í skál.

Hrærið egginu og restinni af hráefnunum saman við.

Blandið vel saman.

Setjið helminginn af deiginu í vöffluvélina.

Lokið og eldið í 4 mínútur.

Endurtaktu málsmeðferðina til að búa til næstu kex.

21. Rjómaostakaffi

Undirbúningstími: 10 mínútur

Eldunartími: 8 mínútur

Skammtar: 2

HRÁEFNI:

1 egg, þeytt

1 únsa. rjómaostur

½ tsk vanilla

4 tsk sætuefni

1 tsk lyftiduft

LEIÐBEININGAR:

Forhitaðu vöffluvélina þína.

Bætið öllu hráefninu í skál.

Blandið vel saman.

Settu helminginn af deiginu í vöffluvélina.

Lokaðu tækinu.

Eldið í 4 mínútur.

Fjarlægðu kaffuna úr vöffluvélinni.

Gerðu seinni með sömu skrefum.

Dreifið afganginum af rjómaosti ofan á áður en hann er borinn fram.

22. Hvítlaukur

Undirbúningstími: 10 mínútur

Skammtar: 4

Eldunartími: 5 mínútur

HRÁEFNI:

1/2 bolli rifinn mozzarellaostur

1/3 bolli cheddar ostur

1 stórt egg

½ msk. hvítlauksduft

1/2 tsk ítalskt krydd

1/4 tsk lyftiduft

LEIÐBEININGAR:

Kveiktu á vöffluvélinni og smyrðu vöffluvélina létt með pensli.

Peytið eggið með hvítlauksdufti, ítölsku kryddi og lyftidufti í lítilli blöndunarskál.

Bætið mozzarellaosti og cheddarosti út í eggjablönduna og blandið vel saman.

Setjið helminginn af köffludeiginu í mitt vöfflujárnið og hyljið.

Eldið köflur í um 2-3 mínútur þar til þær eru stökkar.

Þegar þær eru soðnar skaltu fjarlægja köflur úr framleiðandanum.

Stráið hvítlauksdufti yfir og njótið!

23. Kanillduft köflur

Undirbúningstími: 10 mínútur

Skammtar: 2

Eldunartími: 5 mínútur

HRÁEFNI:

1 stórt egg

3/4 bolli cheddar ostur, rifinn

2 msk. kókosmjöl

1/2 msk. kókosolía brætt

1 tsk. stevía

1/2 tsk kanillduft

1/2 tsk vanilluþykkni

1/2 tsk psyllium hýði duft

1/4 tsk lyftiduft

LEIÐBEININGAR:

Kveiktu á vöffluvélinni þinni.

Smyrjið vöffluformið með matreiðsluúða og hitið á meðalhita.

Þeytið egg með kókosmjöli, olíu, stevíu, kanildufti, vanillu, hýði og lyftidufti í blöndunarskál.

Þegar eggið hefur verið þeytt vel, bætið ostinum út í og blandið aftur.

Settu helminginn af vöffludeiginu í gegnum miðjuna á vöfflujárninu og loku.

Eldið köflur í um 2-3 mínútur þar til þær eru stökkar.

Þegar köflur eru soðnar skaltu fjarlægja þær varlega úr

framleiðandi.

Berið fram með keto heitu súkkulaði og njótið!

24. Köflur með hindberjasírópi

Undirbúningstími: 9 mínútur

Eldunartími: 38 mínútur

Skammtar: 4

HRÁEFNI:

FYRIR KAFFURNAR:

1 egg, þeytt

1 bolli fínt rifinn cheddar ostur

1 tsk möndlumjöl

1 tsk sýrður rjómi

Fyrir hindberjasírópið:

1 bolli fersk hindber

¼ bolli af sykri

¼ bolli vatn

1 tsk vanilluþykkni

LEIÐBEININGAR:

FYRIR KAFFURNAR:

Forhitið vöfflujárnið.

Blandið egginu, cheddarosti, möndlumjöli og sýrðum rjóma saman í miðlungs skál.

Opnaðu járnið, helltu helmingnum af blöndunni út í, settu lok á og eldaðu þar til það er stökkt, 7 mínútur.

Fjarlægðu kaffið á disk og búðu til annað með afganginum af deiginu.

Fyrir hindberjasírópið:

Á meðan skaltu bæta hindberjunum, sykri, vatni og vanilluþykkni í meðalstóran pott.

Eldið hindberin við vægan hita þar til þau eru mjúk og sykurinn verður sírópandi. Hrærið af og til á meðan hindberin eru maukuð. Slökktu á hitanum þegar þú hefur náð æskilegri þéttleika og settu til hliðar til að kólna.

Dreypið smá sírópi á köflurnar og njótið þegar þær eru tilbúnar.

25. Egglausar kókosmjölsköffur

Undirbúningstími: 10 mínútur

Eldunartími: 10 mínútur

Skammtar: 2

HRÁEFNI:

1 msk hörfræmjöl

2½ matskeiðar vatn

1 bolli Mozzarella ostur, rifinn

1 msk rjómaostur, mildaður

2 matskeiðar kókosmjöl

LEIÐBEININGAR:

Forhitið vöfflujárn og smyrjið það svo.

Setjið hörfræmjölið og vatnið í skál og blandið vel saman.

Setjið til hliðar í um 5 mínútur eða þar til þykknar.

Í skálinni með hörfræblöndunni, bætið hinum hráefnunum saman við og blandið þar til það hefur blandast vel saman.

Setjið helminginn af blöndunni í forhitaða vöfflujárnið og eldið þar til hún er gullinbrún eða í um það bil 3 mínútur.

Endurtaktu með afganginum af blöndunni.

Berið fram heitt.

26. Cheeseburger Chaffle

Undirbúningstími: 10 mínútur

Eldunartími: 15 mínútur

Skammtar: 2

HRÁEFNI:

1 pund nautahakk

1 laukur, saxaður

1 tsk. steinselja, söxuð

1 egg, þeytt

Salt og pipar eftir smekk

1 matskeið ólífuolía

4 grunnkafflar

2 salatblöð

2 ostasneiðar

1 matskeið dill súrum gúrkum

Tómatsósa

Majónesi

LEIÐBEININGAR:

Blandið nautahakkinu, lauknum, steinseljunni, egginu, salti og pipar saman í breiðri skál.

Blandið vel saman.

Mótið 2 þykkar kökur.

Bætið ólífuolíu á pönnuna.

Settu pönnuna yfir meðalhita.

Eldið pattyinn í 3 til 5 mínútur á hlið eða þar til hann er fulleldaður.

Setjið kexið ofan á hverja kaffu.

Toppið með salati, osti og súrum gúrkum.

Sprautaðu tómatsósu og majó yfir skálina og grænmetið.

Toppið með annarri kál.

27. Buffalo Hummus Nautakaffur

Undirbúningstími: 9 mínútur

Eldunartími: 32 mínútur

Skammtar: 2

HRÁEFNI:

2 egg

1 bolli + $\frac{1}{4}$ bolli fínt rifinn cheddar ostur, skipt

2 saxaðir ferskir laukar

Salt

nýmalaður svartur pipar

2 kjúklingabringur, soðnar og niðurskornar $\frac{1}{4}$ bolli buffalsósa

3 msk lágkolvetna hummus

2 sellerístilkar, saxaðir

1 bolli mulinn gráðostur til áleggs

LEIÐBEININGAR:

Forhitið vöfflujárnið.

Í meðalstórri skál, blandið eggjunum, 1 bolla af cheddar ostinum, lauknum, salti og svörtum pipar,

Opnaðu járnið og bætið fjórðungi af blöndunni út í. Lokið og eldið þar til stökkt, 7 mínútur.

Flyttu kaffuna yfir á disk og gerðu 3 köflur til viðbótar á sama hátt.

Forhitaðu ofninn í 400 F og notaðu bökunarpappír til að klæðast bökunarplötu. Leggið til hliðar.

Skerið kaffurnar í fernt og raðið á bökunarplötuna.

Blandið kjúklingnum saman við buffalósósu, hummus og sellerí í meðalstórri skál.

Setjið kjúklingablönduna með skeið á hvern fjórðung af köflum og toppið með afgangnum af cheddarostinum.

Setjið bökunarplötuna inn í ofninn og bakið í fjórar mínútur, þar til osturinn bráðnar.

Takið út og toppið með gráðostinum.

Berið fram á eftir.

28. Basic Mozzarella Chaffles

Undirbúningstími: 10 mínútur

Eldunartími: 6 mínútur

Skammtar: 2

HRÁEFNI:

1 stórt lífrænt egg, þeytt

bolli Mozzarella ostur, fínt rifinn

LEIÐBEININGAR:

Forhitið lítið vöfflujárn og smyrjið það síðan.

Setjið eggið og Mozzarella ostinn í litla skál og hrærið saman.

Setjið hluta af blöndunni í vöfflujárnið og eldið í um 2 mínútur eða þar til vöfflujárnið er gullbrúnt.

Endurtaktu með afganginum af blöndunni.

Berið fram heitt.

29. Brie og Blackberry Chaffles

Undirbúningstími: 9 mínútur

Eldunartími: 36 mínútur

Skammtar: 2

HRÁEFNI:

FYRIR KAFFURNAR:

2 egg, þeytt

1 bolli fínt rifinn mozzarellaostur Fyrir álegg:

1 ½ bolli brómber

1 sítróna, 1 tsk börkur og 2 msk safi

1 msk erýtrítól

4 sneiðar Brie ostur

LEIÐBEININGAR:

FYRIR KAFFURNAR:

Forhitið vöfflujárnið.

Á meðan, í meðalstórri skál, blandið eggjunum og mozzarella ostinum saman.

Opnaðu járnið, helltu fjórðungi af blöndunni út í, settu lok á og eldaðu þar til það er stökkt, 7 mínútur.

Fjarlægðu kaffið á disk og gerðu 3 í viðbót með afganginum af deiginu.

Diskur og settur til hliðar.

Fyrir áleggið:

Bætið brómberjum, sítrónuberki, sítrónusafa og erýtrítóli í meðalstóran pott. Eldið þar til brómberin brotna og sósan þykknar, 5 mínútur. Slökktu á hitanum.

Raðið köflunum á bökunarplötuna og setjið tvær Brie ostsneiðar á hverja. Stráið brómberjablöndunni yfir og setjið bökunarplötuna yfir í ofninn.

Bakið þar til osturinn bráðnar, 2 til 3 mínútur.

Takið úr ofninum, látið kólna og berið fram á eftir.

30. Turkey Chaffle hamborgari

Undirbúningstími: 10 mínútur

Eldunartími: 10 mínútur

Skammtar: 2

HRÁEFNI:

2 bollar malaður kalkúnn

Salt og pipar eftir smekk

1 matskeið ólífuolía

4 hvítlauksbökur

1 bolli Romaine salat, saxað

1 tómatur, skorinn í sneiðar

Majónesi

Tómatsósa

LEIÐBEININGAR:

Blandið saman kalkún, salti og pipar.

Mótið þykkar hamborgarabökur.

Bætið ólífuolíu á pönnu sem er sett á miðlungshita.

Eldið kalkúnaborgarann þar til hann er fulleldaður á báðum hliðum.

Smyrjið majó á bökuna.

Toppið með kalkúnaborgaranum, kálinu og tómötunum.

Sprautaðu tómatsósu ofan á áður en þú settir aðra kaffu ofan á.

31. Tvöfaldur Choco Chaffle

Undirbúningstími: 10 mínútur

Eldunartími: 10 mínútur

Skammtar: 2

HRÁEFNI:

1 egg

2 tsk kókosmjöl

2 matskeiðar sætuefni

1 matskeið kakóduft

1 tsk lyftiduft

1 únsa. rjómaostur

½ tsk vanilla

1 msk sykurlausar súkkulaðibitar

LEIÐBEININGAR:

Í stórri skál, bætið öllu hráefninu saman við.

Blandið vel saman.

Setjið helminginn af blöndunni í vöffluvélina.

Lokaðu tækinu.

Eldið í 4 mínútur.

Afhjúpaðu og færðu yfir á disk til að kólna.

Endurtaktu málsmeðferðina til að búa til seinni kaffuna.

32. Guacamole kafflabitar

Undirbúningstími: 10 mínútur

Eldunartími: 14 mínútur

Skammtar: 2

HRÁEFNI:

1 stór rófa, soðin og maukuð

2 beikonsneiðar, soðnar og smátt saxaðar

bolli fínt rifinn Monterey Jack ostur 1 egg, þeytt

1 bolli guacamole fyrir álegg

LEIÐBEININGAR:

Forhitið vöfflujárnið.

Blandið öllu hráefninu nema guacamole saman í ílát.

Opnaðu járnið og bætið helmingnum af blöndunni út í. Lokaðu og eldaðu í 4 mínútur. Opnaðu lokið, snúðu kaffinu við og eldaðu áfram þar til gullinbrúnt og stökkt, mínútur.

Fjarlægðu kaffuna á disk og gerðu aðra á sama hátt.

Skerið hverja kaffu í báta, toppið með guacamole og berið fram á eftir.

33. Majónes og rjómaostur

Undirbúningstími: 9 mínútur

Eldunartími: 20 mínútur

Skammtar: 2

HRÁEFNI:

4 lífræn egg stór

4 matskeiðar majónesi

1 msk möndlumjöl

2 matskeiðar rjómaostur, skorinn í teninga

LEIÐBEININGAR:

Forhitið vöfflujárn og smyrjið það svo.

Setjið eggin, majónesið og möndlumjölið í skál og hrærið saman með handþeytara þar til það er slétt.

Settu um $\frac{1}{4}$ af blöndunni í forhitað vöfflujárn.

Setjið um $\frac{1}{4}$ af rjómaostteningunum jafnt ofan á blönduna og eldið í um 5 mínútur eða þar til þær eru gullinbrúnar.

Endurtaktu með afganginum af blöndunni og rjómaostteningum.

Berið fram heitt.

34. Gráðostur kafflabitar

Undirbúningstími: 10 mínútur

Eldunartími: 14 mínútur

Skammtar: 2

HRÁEFNI:

1 egg, þeytt

½ bolli fínt rifinn parmesanostur

1 bolli mulinn gráðostur

1 tsk erýtrítól

LEIÐBEININGAR:

Forhitið vöfflujárnið.

Blandið öllu hráefninu saman í skál.

Opnaðu járnið og bætið helmingnum af blöndunni út í. Lokið og eldið þar til stökkt, 7 mínútur.

Fjarlægðu kaffuna á disk og búðu til aðra með afganginum af blöndunni.

Skerið hverja kaffu í báta og berið fram á eftir.

35. Uppskrift fyrir kex og sósusafa

Undirbúningstími: 5 mínútur

Eldunartími: 10 mínútur

Skammtar: 4

HRÁEFNI:

2 msk ósaltað smjör brætt

2 stór egg

1 c. Mozzarella ostur rifinn

1 msk hvítlaukur saxaður

10 dropar maísbrauðsextrakt valfrjálst 1/2 msk Lakanto sælgætisefni valfrjálst 1 msk möndlumjöl

1/4 tsk Kornaður laukur

1/4 tsk Kornaður hvítlaukur

1 tsk þurrkuð steinselja

1 tsk lyftiduft

1 lota Keto pylsukex og sósuuppskrift

LEIÐBEININGAR:

Forhitaðu lítill vöffluvél.

Bræðið smjörið, látið kólna.

Blandið rifnum osti saman við eftir að þeyttu egginu hefur verið bætt út í.

Bætið restinni af hráefnunum saman við og blandið vel saman.

Skellið 1/4 af deiginu í vöffluvélina og eldið í 4 mínútur. Takið út og látið kólna á vírgrind.

Endurtaktu fyrir þær 3 sem eftir eru.

36. Einfalt Chaffle Toast

Skammtar: 2

Eldunartími: 5 mínútur

HRÁEFNI:

1 stórt egg

1/2 bolli rifinn cheddar ostur

FYRIR ÁFLAÐI

1 egg

3-4 spínatblöð

1 bolli sjóða og rifinn kjúklingur

LEIÐBEININGAR:

Forhitaðu ferninga vöffluvélina þína á meðalháum hita.

Blandið saman eggi og osti í skál og búið til tvær köflur í köffluvél

Þegar kaffurnar eru soðnar skaltu fjarlægja þær varlega úr mótaranum.

Berið fram með spínati, soðnum kjúklingi og steiktu eggi.

Berið fram heitt og njótið!

37. Bragðmikið nautakjöt

Undirbúningstími: 10 mínútur

Eldunartími: 15 mínútur

Skammtar: 2

HRÁEFNI:

1 tsk ólífuolía

2 bollar nautahakk

Hvítlaukssalt eftir smekk

1 rauð paprika, skorin í strimla

1 græn paprika, skorin í strimla

1 laukur, saxaður

1 lárviðarlauf

2 hvítlauksbökur

Smjör

LEIÐBEININGAR:

Settu pönnu þína yfir meðalhita.

Bætið ólífuolíu út í og steikið nautahakk þar til það er brúnt.

Kryddið með hvítlaukssalti og bætið við lárviðarlaufi.

Tæmdu fituna, færðu yfir á disk og settu til hliðar.

Fargið lárviðarlaufinu.

Á sömu pönnu, eldið laukinn og paprikuna í 2 mínútur.

Setjið nautakjötið aftur á pönnuna.

Hitið í 1 mínútu.

Smyrjið smjöri ofan á kaffuna.

Bætið nautahakkinu og grænmetinu út í.

Rúllaðu eða brjóttu kaffinu saman.

38. Köflur með möndlumjöli

Skammtar: 4

Eldunartími: 5 mínútur

HRÁEFNI:

2 stór egg

1/4 bolli möndlumjöl

3/4 tsk lyftiduft

1 bolli cheddar ostur, rifinn

Matreiðsluprey

LEIÐBEININGAR:

Kveiktu á vöffluvélinni þinni og smyrðu með matreiðsluúða.

Þeytið egg með möndlumjöli og lyftidufti í blöndunarskál.

Þegar eggjum og osti hefur verið blandað saman er osti bætt út í og hrært aftur.

Hellið 1/bolla af deiginu í vöffluvélina og lokið.

Eldið köflur í um 2-3 mínútur þar til þær eru stökkar og eldaðar

Endurtaktu með afganginum af deiginu

Flyttu chafflesto plötuna varlega yfir.

Berið fram með möndlum og njótið!

39. Hnetusmjörkafflar

Undirbúningstími: 10 mínútur

Eldunartími: 14 mínútur

Skammtar: 2

HRÁEFNI:

FYRIR KAFFURNAR:

2 msk sykurlaust hnetusmjörsduft

2 msk hlynsíróp (sykurlaust).

1 egg, þeytt

1 bolli fínt rifinn mozzarellaostur

¼ tsk lyftiduft

1 tsk möndlusmjör

1 tsk hnetusmjörsþykkni

1 msk mildaður rjómaostur

Fyrir frostið:

1 bolli möndlumjöl

1 bolli hnetusmjör

3 msk möndlumjólk

1 tsk vanilluþykkni

1 bolli hlynsíróp (sykurlaust).

LEIÐBEININGAR:

Forhitið vöfflujárnið.

Bætið öllu hráefninu í miðlungs skál þar til það er slétt.

Opnaðu járnið og helltu helmingnum af blöndunni út í.

Lokaðu járninu og eldaðu þar til það er stökkt, 6 til 7 mínútur.

Takið kaffuna á disk og setjið til hliðar.

Búðu til aðra kaffu með afganginum af deiginu.

Á meðan köfnurnar kólna, búðu til frostinginn.

Hellið möndlumjölinu í meðalstóran pott og hrærið við meðalhita þar til það er gullið.

Flyttu möndlumjölinu yfir í blandara og settu restina af hráefninu ofan á. Vinnið þar til slétt.

Smyrjið frostinu á köflurnar og berið fram á eftir.

40. Keto Reuben Chaffles

Undirbúningstími: 9 mínútur

Eldunartími: 28 mínútur

Skammtar: 4

HRÁEFNI:

FYRIR KAFFURNAR:

2 egg, þeytt

1 bolli fínt rifinn svissneskur ostur

2 tsk kúmenfræ

1/8 tsk salt

1 tsk lyftiduft

FYRIR SÓSUNA:

2 msk sykurlaus tómatsósa

3 msk majónesi

1 msk dillbragð

1 tsk heit sósa Fyrir fyllinguna:

6 oz pastrami

2 svissneskar ostsneiðar ¼ bolli súrsaðar radísur

LEIÐBEININGAR:

FYRIR KAFFURNAR:

Forhitið vöfflujárnið.

Blandið saman eggjum, svissneskum osti, kúmfræjum, salti og lyftidufti í meðalstórri skál.

Opnaðu járnið og bætið fjórðungi af blöndunni út í. Lokið og eldið þar til stökkt, 7 mínútur.

Flyttu kaffuna yfir á disk og gerðu 3 köflur til viðbótar á sama hátt.

FYRIR SÓSUNA:

Blandið tómatsósu, majónesi, dillbragði og heitri sósu í aðra skál.

FYRIR SÓSUNA:

Skiptið á tvær köflur; sósan, pastrami, svissneskar ostsneiðar og súrsaðar radísur.

Hyljið með hinum köflunum, skiptið samlokunni í tvennt og berið fram.

41. Gulrótarkaflakaka

Skammtar: 6

Eldunartími: 24 mínútur

HRÁEFNI:

1 egg, þeytt

2 matskeiðar bráðið smjör

1 bolli gulrót, rifin

¾ bolli möndlumjöl

1 tsk lyftiduft

2 matskeiðar þungur þeyttur rjómi

2 matskeiðar sætuefni

1 msk valhnetur, saxaðar

1 tsk graskerskrydd

2 tsk kanill

LEIÐBEININGAR:

Forhitaðu vöffluvélina þína.

Bætið öllu hráefninu í stóra skál.

Setjið hluta af blöndunni í vöffluvélina.

Lokaðu og eldaðu í 5 mínútur.

Endurtaktu skrefin þar til allt deigið sem eftir er hefur verið notað.

42. Colby Jack sneiðar Chaffles

Undirbúningstími: 8 mínútur

Eldunartími: 6 mínútur

Skammtar: 2

HRÁEFNI:

2 aura Colby Jack ostur, skorinn í þunnar þríhyrningssneiðar

1 stórt lífrænt egg, þeytt

LEIÐBEININGAR:

Forhitið vöfflujárn og smyrjið það svo.

Raðið 1 þunnt lagi af ostasneiðum í botninn á forhituðu vöfflujárni.

Setjið þeytta eggið ofan á ostinn.

Nú skaltu raða öðru lagi af ostasneiðum ofan á til að þekja jafnt.

Eldið í 6 mínútur eða þar til blandan er orðin gullinbrún.

43. Egg og graslaukur Samlokurúlla

Undirbúningstími: 10 mínútur

Eldunartími: 0 mín

Skammtar: 2

HRÁEFNI:

2 matskeiðar majónesi

1 harðsoðið egg, saxað

1 msk graslaukur, saxaður

2 grunnkafflar

LEIÐBEININGAR:

Blandið majó, eggi og graslauk saman í skál.

Dreifið blöndunni ofan á köflurnar.

Rúllaðu kaffinu.

44. Basic Chaffles samlokur

Skammtar: 2

Eldunartími: 5 mínútur

HRÁEFNI:

1/2 bolli mozzarella ostur, rifið 1 stórt egg

2 msk. Möndlumjöl

1/2 tsk psyllium hýði duft

1/4 tsk lyftiduft

LEIÐBEININGAR:

Smyrðu belgíska vöffluvélina þína með matreiðsluúða.

Þeytið eggið með gaffli; þegar eggið er þeytt skaltu bæta við möndlumjöli, hýði og lyftidufti.

Bætið osti við eggjablönduna og blandið þar til það hefur blandast saman.

Hellið deiginu í miðjuna á belgísku vöfflunni og lokið.

Eldið köflur í um 2-3 mínútur þar til þær eru vel eldaðar.

Færið köflurnar varlega á diskinn.

Köflurnar eru fullkomnar fyrir samlokubotn.

45. Kornkaflakaka

Undirbúningstími: 10 mínútur

Eldunartími: 8 mínútur

Skammtar: 2

HRÁEFNI:

1 egg

2 matskeiðar möndlumjöl

1 tsk kókosmjöl

1 matskeið brætt smjör

1 matskeið rjómaostur

1 msk venjulegt morgunkorn, mulið

¼ tsk vanilluþykkni

¼ tsk lyftiduft

1 matskeið sætuefni

1/8 tsk xantangúmmí

LEIÐBEININGAR:

Stingdu í vöffluvélina til að forhita.

Bætið öllu hráefninu í stóra skál.

Blandið þar til það er vel blandað.

Látið deigið hvíla í 2 mínútur áður en það er eldað.

Bætið helmingnum af blöndunni í vöffluvélina.

Lokaðu og eldaðu í 4 mínútur.

Búðu til næstu kóf með sömu skrefum.

46. Bacon & Chicken Ranch Chaffle

Undirbúningstími: 10 mínútur

Eldunartími: 8 mínútur

Skammtar: 4

HRÁEFNI:

1 egg

¼ bolli kjúklingabitar, soðnir

1 sneið beikon, soðin og saxuð

1 bolli cheddar ostur, rifinn

1 tsk ranch dressing duft

LEIÐBEININGAR:

Forhitaðu vöffluvélina þína.

Blandið öllu hráefninu saman í skál.

Bætið helmingnum af blöndunni í vöffluvélina.

Lokið og eldið í mínútur.

Gerðu seinni kafið með sömu skrefum.

47. Keto Cocoa Chaffles

Skammtar: 2

Eldunartími: 5 mínútur

HRÁEFNI:

1 stórt egg

1/2 bolli rifinn cheddar ostur

1 msk. kakóduft

2 msk. möndlumjöl

LEIÐBEININGAR:

Forhitaðu hringlaga vöffluvélina þína á meðalháum hita.

Blandið saman eggi, osti, möndlumjöli, kakódufti og vanillu í lítilli blöndunarskál.

Hellið blöndunni af köflum í miðju vöfflujárnsins.

Lokið og eldið Utes í 3-5 mínútur eða þar til vöfflan er orðin stíf og gullinbrún. Fjarlægið köflur varlega úr vöffluvélinni.

Berið fram heitt og njótið!

48. Grillkaffi

Undirbúningstími: 10 mínútur

Eldunartími: 8 mínútur

Skammtar: 2

HRÁEFNI:

1 egg, þeytt

1 bolli cheddar ostur, rifinn

1 tsk grillsósa

1 tsk lyftiduft

LEIÐBEININGAR:

Stingdu í vöffluvélina til að forhita.

Blandið öllu hráefninu saman í skál.

Settu helminginn af blöndunni í vöffluvélina þína.

Lokið og eldið í mínútur.

Endurtaktu sömu skref fyrir næstu grillkaffi.

49. Kjúklingur og kaffla Nachos

Undirbúningstími: 20 mínútur

Eldunartími: 33 mínútur

Skammtar: 5

HRÁEFNI:

FYRIR KAFFURNAR:

2 egg, þeytt

1 bolli fínt rifinn mexíkóskur ostablanda

Fyrir kjúklingaostáleggið:

2 msk smjör

1 msk möndlumjöl

¼ bolli ósykrað möndlumjólk

1 bolli fínt rifinn cheddar ostur + meira til að skreyta

3 beikonsneiðar, soðnar og saxaðar

2 bollar soðnar og hægeldaðar kjúklingabringur

2 msk heit sósa

2 msk saxaður ferskur laukur

LEIÐBEININGAR:

FYRIR KAFFURNAR:

Forhitið vöfflujárnið.

Blandið eggjunum og mexíkóska ostablöndunni saman í meðalstórt fat..

Opnaðu járnið og bætið fjórðungi af blöndunni út í. Lokið og eldið þar til stökkt, 7 mínútur.

Flyttu kaffuna yfir á disk og gerðu 3 köflur til viðbótar á sama hátt.

Setjið kaffurnar á diska og setjið til hliðar til framreiðslu.

Fyrir kjúklingaostáleggið:

Bætið smjörinu í litla pönnu og bræðið svo möndlumjölinu saman við þar til það er brúnt, í 1 mínútu.

Hellið möndlumjólkinni og þeytið þar til það hefur blandast vel saman. Látið malla þar til það þykknar, 2 mínútur.

Hrærið ostinum saman við til að bráðna, 2 mínútur og blandið síðan beikoninu, kjúklingnum og heitu sósunni saman við.

Hellið blöndunni á köflurnar og setjið smá cheddar ost yfir.

Skreytið með lauknum og berið fram strax.

50. Skinku-, ostur- og tómatkafflasamloka

Undirbúningstími: 10 mínútur

Eldunartími: 10 mínútur

Skammtar: 4

HRÁEFNI:

1 tsk ólífuolía

2 skinkusneiðar

4 grunnkafflar

1 matskeið majónesi

2 sneiðar Provolone ostur

1 tómatur, skorinn í sneiðar

LEIÐBEININGAR:

Berið ólífuolíuna á pönnu yfir meðalhita.

Eldið skinkuna í 1 mínútu á hlið.

Smyrjið köflunum með majónesi.

Toppið með skinku, osti og tómötum.

Toppið með annarri köflu til að búa til samloku.

Hádegisverður KAFFLAR

51. Kjúklingabitar með köflum

Undirbúningstími: 10 mínútur

Eldunartími: 10 mínútur

Skammtar: 2

HRÁEFNI:

1 kjúklingabringur skornar í 2 x 2 tommu bita

1 egg, þeytt

1/4 bolli möndlumjöl

2 msk. laukduft

2 msk. hvítlauksduft

1 tsk. þurrkað oregano

1 tsk. paprikuduft

1 tsk. salt

1/2 tsk. svartur pipar

2 msk. avókadóolíu

LEIÐBEININGAR:

Setjið öll þurrefnin saman í stóra skál. Blandið vandlega saman.

Settu þau í sérstaka skál með eggjunum.

Dýfðu hverjum kjúklingi í eggið og síðan í þurrefnin.

Hitið olíu í 10 tommu pönnu, bætið við olíu.

Þegar avókadóolían er orðin heit skaltu setja húðuðu kjúklingabollurnar á pönnu og elda í 6-8 mínútur þar til þær eru gullinbrúnar.

Berið fram með köflum og hindberjum.

52. Stökkur fiskur og kafflabitar

Skammtar: 4

Eldunartími: 15 mínútur

HRÁEFNI:

1 pund þorskflök, skorin í 4 sneiðar

1 tsk. sjó salt

1 tsk. hvítlauksduft

1 egg, þeytt

1 bolli möndlumjöl

2 msk. avókadóolíu

Hráefni:

2 egg

1/2 bolli cheddar ostur

2 msk. möndlumjöl

tsk. Ítalskt krydd

LEIÐBEININGAR:

Blandið hráefninu fyrir kaffuna saman í skál og gerið 4 ferninga

Setjið kaffurnar í forhitaðan köfluvél.

Blandið salti, pipar og hvítlauksdufti saman í blöndunarskál.
Kastið þorskbitunum í þessa blöndu og látið standa í 10 mínútur.

Dýfið svo hverri þorsksneið í eggjablönduna og síðan í möndlumjölið.

Hitið olíu á pönnu og fiskteningum í um 2-3 mínútur, þar til eldað og brúnt

Berið fram á köflum og njótið!

53. Grillið svínakafflasamloka

Undirbúningstími: 10 mínútur

Skammtar: 2

Eldunartími: 15 mínútur

INNIHALDSEFNI:

1/2 bolli mozzarella, rifinn

1 egg

Ég klípa hvítlauksduft

SVÍNAKJÖTT

1/2 bolli svínakjöt, mínútur

1 msk. grænn laukur, skorinn í teninga

1/2 tsk ítalskt krydd

Salatblöð

LEIÐBEININGAR:

Forhitið ferkantaða vöffluvélina og smyrjið.

Blandið saman eggi, osti og hvítlauksdufti í lítilli blöndunarskál.

Hellið deiginu í forhitaðan vöffluvél og lokið.

Búið til 2 köflur úr þessu deigi.

Eldið köflur í um 2-3 mínútur þar til þær eru eldaðar í gegn.

Á meðan blandarðu hráefninu úr svínakjöti í skál og búðu til 1 stóran patty.

Grillið svínakjöt á forhituðu grilli í um það bil 3-4 mínútur á hvorri hlið þar til hann er eldaður í gegn.

Raðið svínakjöti á milli tveggja köfla með salatlaufum. Skerið samloku til að búa til þríhyrningslaga samloku.

54. Hádegisdiskur með köflum og kjúklingi

Undirbúningstími: 10 mínútur

Skammtar: 2

Eldunartími: 15 mínútur

HRÁEFNI:

1 stórt egg

1/2 bolli jack ostur, rifinn

1 klípa salt

Til að þjóna

1 kjúklingalegg

Salt

Pipar

1 tsk. hvítlauk, mínútur

1 egg

1 tsk avókadóolía

LEIÐBEININGAR:

Hitaðu ferninga vöffluvélina þína og smyrðu með matreiðsluúða.

Hellið Chaffle deiginu í pönnuna og eldið í um 3 mínútur.

Setjið pönnu yfir meðalhita og hitið olíuna.

Þegar olían er orðin heit, bætið þá við kjúklingalæri og hvítlauk og eldið í um það bil 5 mínútur. Snúið við og eldið í 3-4 mínútur í viðbót.

Kryddið með salti og pipar og blandið vel saman.

Færið soðið læri yfir á disk.

Steikið eggið á sömu pönnu í um 1-2 mínútur.

Þegar köflur eru soðnar, berið fram með steiktu eggi og kjúklingalæri.

Njóttu!

55. Kaffeleggjasamloka

Undirbúningstími: 10 mínútur

Eldunartími: 10 mínútur

Skammtar: 2

HRÁEFNI:

2 mínútur keto chaffle

2 sneiðar cheddar ostur

1 egg einföld eggjakaka

LEIÐBEININGAR:

Undirbúið ofninn þinn á 400°F.

Raðið eggjaeggjaköku og ostasneiðum á milli köflanna.

Eldið í um 4-5 mínútur í forhituðum ofni þar til osturinn hefur bráðnað.

Þegar osturinn er bráðinn skaltu taka hann úr ofninum.

Berið fram og njótið!

56. Chaffle Minutes Sandwich

Undirbúningstími: 10 mínútur

Eldunartími: 10 mínútur

Skammtar: 2

HRÁEFNI:

1 stórt egg

1/8 bolli möndlumjöl

1/2 tsk. hvítlauksduft

3/4 tsk. lyftiduft

1/2 bolli rifinn ostur

SAMLUKAFYLLING

2 sneiðar deli skinku

2 sneiðar tómatar

1 sneið cheddar ostur

LEIÐBEININGAR:

Smyrjið ferhyrndar vöffluformið og hitið það á miðlungshita.

Blandið hráefninu saman í hrærivélarskál þar til það hefur blandast vel saman.

Hellið deiginu í ferhyrndan vöfflu og gerið tvær köflur.

Þegar köflur eru soðnar, takið þær úr mótaranum.

Fyrir samloku skaltu raða sælkera skinku, tómatsneiðum og cheddar osti á milli tveggja köfla.

Skerið samloku frá miðjunni.

Berið fram og njótið!

57. Kaffelostasamloka

Undirbúningstími: 10 mínútur

Skammtar: 1

Eldunartími: 10 mínútur

HRÁEFNI:

2 fermetra keto-kaffi

2 sneiðar cheddar ostur

2 salatblöð

LEIÐBEININGAR:

Undirbúið ofninn þinn á 400°F.

Raðið salati og ostasneiðum á milli köfflu.

Eldið í um 4-5 mínútur í forhituðum ofni þar til osturinn hefur bráðnað.

Þegar osturinn er bráðinn skaltu taka hann úr ofninum.

Berið fram og njótið!

58. Chicken Zinger Chaffle

Undirbúningstími: 10 mínútur

Skammtar: 2

Eldunartími: 15 mínútur

HRÁEFNI:

1 kjúklingabringa, skorin í 2 bita

1/2 bolli kókosmjöl

1/4 bolli fínt rifinn parmesan

1 tsk. paprika

1/2 tsk. hvítlauksduft

1/2 tsk. laukduft

1 tsk. salt & pipar

1 egg þeytt

Avókadóolía til steikingar

Salatblöð

BBQ sósa

Hráefni í Chaffle:

4 únsur. ostur

2 heil egg

2 únsur. möndlumjöl

1/4 bolli möndlumjöl

1 tsk lyftiduft

LEIÐBEININGAR:

Blandið hráefninu fyrir kaf saman í skál.

Hellið köffludeiginu í forhitaða smurða ferningaformi.

Eldið köflur í um það bil 2 mínútur þar til þær eru eldaðar í gegn.

Búðu til ferkantaða köflur úr þessu deigi.

Á meðan blandið saman kókosmjöli, parmesan, papriku, hvítlauksdufti, laukdufti salti og pipar í skál.

Dýfðu kjúklingnum fyrst í kókosmjölsblönduna og síðan í þeytt egg.

Hitið avókadóolíu á pönnu og eldið kjúkling frá báðum hliðum. þar til það er ljósbrúnt og eldað.

Setjið kjúklingabitann á milli tveggja köfla með salati og BBQ sósu.

Njóttu!

59. Tvöfaldar kjúklingakafflar

Undirbúningstími: 10 mínútur

Skammtar: 2

Eldunartími: 5 mínútur

HRÁEFNI:

1/2 bolli soðinn rifinn kjúklingur

1/4 bolli cheddar ostur

1/8 bolli parmesanostur

1 egg

1 tsk. Ítalskt krydd 1/8 tsk. hvítlauksduft

1 tsk. rjómaostur

LEIÐBEININGAR:

Forhitið belgíska vöffluvélina.

Blandið saman í chaffle hráefni í skál og blandið saman.

Stráið 1 msk. af osti í vöffluvél og hellið köffludeigi út í.

Hellið 1 msk. af osti yfir deigið og lokið.

Eldið köflur í um það bil 4 til mínútur Utes.

Berið fram með kjúklingasöngli og njótið tvöfalds kjúklingabragðsins.

60. Köflur með áleggi

Undirbúningstími: 10 mínútur

Eldunartími: 10 mínútur

HRÁEFNI:

1 stórt egg

1 msk. möndlumjöl

1 msk. fullfeiti grísk jógúrt

1/8 tsk lyftiduft

1/4 bolli rifinn svissneskur ostur

TOPPING

4oz. grilla rækjur

4 únsur. gufusoðið blómkálsmauk

1/2 kúrbít skorinn í sneiðar

3 salatblöð

1 tómatur, skorinn í sneiðar

1 msk. hörfræ

LEIÐBEININGAR:

Búðu til 3 köflur með innihaldsefnum fyrir köflur.

Til framreiðslu skaltu raða salati á hverja kaffu.

Toppið með kúrbítssneið, grillrækjum, blómkálsmauk og tómatsneið.

Dreypið hörfræjum ofan á.

Berið fram og njótið!

61. Kafla með osti og beikoni

Undirbúningstími: 10 mínútur

Skammtar: 2

Eldunartími: 15 mínútur

HRÁEFNI:

1 egg

1/2 bolli cheddar ostur, rifinn

1 msk. parmesan ostur

3/4 tsk kókosmjöl

1/4 tsk lyftiduft

1/8 tsk ítalskt krydd

klípa af salti

1/4 tsk hvítlauksduft

FYRIR ÁFLAÐI

1 beikon skorið í sneiðar, soðið og saxað

1/2 bolli mozzarella ostur, rifinn

1/4 tsk steinselja, söxuð

LEIÐBEININGAR:

Hitið ofninn í 400 gráður.

Kveiktu á vöffluvélinni þinni og smyrðu með eldunarúða.

Blandið saman hráefninu fyrir kaf í blöndunarskál þar til það er blandað saman.

Setjið helminginn af deiginu með skeið í miðju vöffluformsins og lokið. Eldið köflur í um það bil 3 mínútur þar til þær eru eldaðar.

Fjarlægðu köflur varlega úr framleiðandanum.

Raðið köflum í smurða bökunarplötu.

Toppið með mozzarellaosti, saxuðu beikoni og steinselju.

Og bakið í ofni í 4 -5 mínútur.

Þegar osturinn er bráðinn skaltu taka hann úr ofninum.

Berið fram og njótið!

62. Grill nautasteik og kaffla

Undirbúningstími: 10 mínútur

Skammtar: 1

Eldunartími: 10 mínútur

HRÁEFNI:

1 nautasteik rib eye

1 tsk salt

1 tsk pipar

1 msk. lime safi

1 tsk hvítlaukur

LEIÐBEININGAR:

Undirbúðu grillið þitt fyrir beinan hita.

Blandið öllu kryddinu saman við og nuddið jafnt yfir nautasteikina.

Setjið nautakjötið yfir meðalhita á grillgrindina..

Lokið og eldið steik í um 6 til 8 mínútur Utes. Snúið við og eldið í 5 mínútur í viðbót þar til eldað.

Berið fram með keto einföldum kaffli og njótið!

63. Blómkálskafflar Og Tómatar

Undirbúningstími: 10 mínútur

Skammtar: 2

Eldunartími: 15 mínútur

HRÁEFNI:

1/2 bolli blómkál

1/4 tsk. hvítlauksduft

1/4 tsk. svartur pipar

1/4 tsk. Salt

1/2 bolli rifinn cheddar ostur

1 egg

FYRIR ÁFLAÐI

1 salat leyfi

1 tómatur sneiddur

4 únsur. Blómkál gufusoðið, maukað

1 tsk sesamfræ

LEIÐBEININGAR:

Bætið öllu hráefninu í hrærivélina og blandið vel saman.

Stráið 1/8 rifnum osti á vöffluvélina og hellið blómkálsblöndu í forhitaða vöffluvél og stráið restinni af ostinum yfir.

Eldið köflur í um 4-5 mínútur þar til þær eru eldaðar

Til að bera fram, leggið salatblöð yfir kaffulofn með gufusoðnu blómkáli og tómötum.

Dreypið sesamfræjum ofan á.

UPPSKRIFT Í MORGUNKJÖFLU

64. Morgunverður kafflasamloka

Undirbúningstími: 5 mínútur

Eldunartími: 15 mínútur

Skammtar: 1

HRÁEFNI:

1 egg

1/2 bolli monterey jack ostur

1 msk möndlumjöl

2 msk smjör

LEIÐBEININGAR:

Forhitið vöffluvélina í 5 mínútur.

Blandið Monterey Jack osti, möndlumjöli og egginu saman í skál.

Taktu 1/2 af deiginu og helltu því í forhitaða vöffluvélina. Leyfið að elda í 3-4 mínútur.

Endurtaktu fyrra skref fyrir deigið sem eftir er.

Bræðið smjör á lítilli pönnu. Rétt eins og þú myndir gera með franskt ristað brauð, bætið köflunum út í og látið hvora hlið elda í 2 mínútur. Til að gera þær stökkari, þrýstið niður köflunum á meðan þær eldast.

Fjarlægðu kaffurnar af pönnunni. Látið kólna.

65. Hnetusmjör og hlaupkafflur

Undirbúningstími: 5 mínútur

Eldunartími: 15 mínútur

Skammtar: 1

HRÁEFNI:

1 egg

2 ostsneiðar, þunnar sneiðar

1 tsk náttúrulegt hnetusmjör

1 tsk sykurlaus hindber

Matreiðslusprey

LEIÐBEININGAR:

Brjótið og þeytið eggið í lítilli skál

Forhitið og úðið vöffluvélinni.

Þegar það er hitað upp skaltu setja sneið af osti á vöffluvélina og bíða eftir að hún bráðni.

Þegar það hefur bráðnað skaltu hella eggjablöndunni yfir brædda ostinn.

Þegar eggið er byrjað að eldast skaltu setja aðra ostsneið varlega á vöffluvélina.

Þekja. Eldið í 3-4 mínútur.

Takið kaffurnar út og setjið á disk.

Toppið köflurnar með þeyttum rjóma.

Dreypið smá náttúrulegu hnetusmjöri og hindberjum ofan á.

66. Halloumi ostur

Undirbúningstími: 5 mínútur

Eldunartími: 10 mínútur

Skammtar: 1

HRÁEFNI:

3 oz halloumi ostur

2 msk pastasósa

LEIÐBEININGAR:

Gerðu hálfa tommu þykkar sneiðar af halloumi osti.

Með enn slökkt á vöffluvélinni skaltu setja ostsneiðarnar á það.

Kveiktu á vöffluvélinni og láttu ostinn malla í 3-6 mínútur.

Takið úr vöffluvélinni og látið kólna.

Bætið við lágkolvetnapasta eða marinara sósu.

67. Morgunverður Chaffle

Undirbúningstími: 5 mín.

Eldunartími: 5 mín.

Skammtar: 2

HRÁEFNI:

2 egg

1 bolli rifinn mozzarella ostur

FYRIR áleggið:

2 skinkusneiðar

1 steikt egg

LEIÐBEININGAR:

Blandið eggjum og osti saman í lítilli skál.

Kveiktu á vöffluvélinni til að hita og smyrðu hana með eldunarúða. Setjið helminginn af deiginu yfir í vöffluvélina.

Eldið í 2-4 mínútur, fjarlægið og endurtakið með afganginum af deiginu. Settu egg og skinku á milli tveggja köfla til að búa til samloku.

68. Kjötætur kafli

Undirbúningstími: 5 mínútur

Eldunartími: 10 mínútur

Skammtar: 1

HRÁEFNI:

1 egg

1/3 bolli mozzarella ostur

1/2 bolli svínabörkur

Salt

LEIÐBEININGAR:

Forhitið vöffluvélina.

Í lítilli blöndunarskál blandið klípu af salti saman við ostinn, eggið og svínabörkinn.

Hellið blöndunni í forhitaða vöffluvélina. Lokið og bíðið í 3-5 mínútur á meðan það eldar. Þú munt vita að það er eldað þegar það hefur þegar fengið gullbrúnan lit.

Fjarlægðu það varlega úr vöffluvélinni og skammtunum.

69. Blómkálskaffi

Undirbúningstími: 5 mínútur

Eldunartími: 5 mínútur

Skammtar: 1

HRÁEFNI:

1/2 bolli af hrísgrjónum blómkál

1/4 rifinn cheddar

1 stórt egg sem helmingurinn af eggjarauðunni hefur verið fjarlægður úr

1 msk fínt möndlumjöl

Salt og pipar

Stráið auka osti á botninn.

LEIÐBEININGAR:

dreifið blöndunni á vöfflujárn og bætið við meiri osti.

Eldið í 8 mínútur.

70. Hot Dog Chaffles

Undirbúningstími: 15 mínútur

Eldunartími: 14 mínútur

Skammtar: 2

HRÁEFNI:

1 egg, þeytt

1 bolli fínt rifinn cheddar ostur

2 pylsur, soðnar

Sinnepsdressing til áleggs

8 súrum gúrkum sneiðar

LEIÐBEININGAR:

Forhitið vöfflujárnið.

Blandið egginu og cheddarostinum saman í meðalstórri skál.

Opnaðu járnið og bætið helmingnum af blöndunni út í. Lokið og eldið þar til stökkt, 7 mínútur.

Færðu kaffuna yfir á disk og búðu til aðra kaffuna á sama hátt.

Til að bera fram, toppið hverja kaffu með pylsu, hrærið sinnepsdressingunni ofan á og skiptið síðan súrum gúrkum ofan á.

71. Pandan asískar köflur

Undirbúningstími: 3 mínútur

Eldunartími: 8 mínútur

Skammtar: 2

HRÁEFNI:

1 bolli cheddar ostur, fínt rifið 1 egg

3 dropar af pandan þykkni

1 msk möndlumjöl

1/3 tsk hvítlauksduft

LEIÐBEININGAR:

Hitaðu upp smá vöffluvélina þína.

Blandið egginu, möndlumjölinu, hvítlauksduftinu saman við ost í lítilli skál.

Bætið pandan þykkni við ostablönduna og blandið vel saman.

Til að fá stökka skorpu skaltu bæta teskeið af rifnum osti í vöffluvélina og elda í 30 sekúndur.

Hellið og eldið blönduna í vöffluvélinni í 5 mínútur.

Endurtaktu með afganginum af deiginu.

Berið fram með steiktum kjúklingavængjum með bbq sósu.

72. Ham og Jalapenos Chaffle

Undirbúningstími: 5 mínútur

Eldunartími: 9 mínútur

Skammtar: 3

HRÁEFNI:

2 pund cheddar ostur, fínt rifinn

2 stór egg

1 jalapenó pipar, fínt rifinn

2 aura skinkusteik

1 meðalstór laukurlaukur

2 tsk kókosmjöl

LEIÐBEININGAR:

Rífið cheddar ostinn niður með því að nota fínt rasp.

Fjarlægðu jalapenóið og rifið með sama raspi.

Saxið laukinn og skinkuna smátt.

Hellið öllu hráefninu í meðalstóra skál og blandið vel saman.

Sprayið vöfflujárnið með matreiðsluúða og hitið í 3 mínútur.

Hellið 1/4 af deigblöndunni í vöfflujárnið.

Eldið í 3 mínútur, þar til það er stökkt í kringum brúnirnar.

Takið vöfflurnar af hellunni og endurtakið þar til allt deigið er búið.

Þegar það er búið, leyfið þeim að kólna og njóta.

73. Heitar skinkukafflar

Undirbúningstími: 5 mínútur

Eldunartími: 4 mínútur

Skammtar: 4

HRÁEFNI:

1 bolli mozzarella ostur, rifinn

1 egg

¼ bolli skinka, saxað

¼ tsk salt

2 msk majónesi

1 tsk Dijon sinnep

LEIÐBEININGAR:

Forhitaðu vöfflujárnið þitt.

Í millitíðinni bætið við egginu í lítilli hrærivélaskál og þeytið.

Blandið skinku, osti og salti saman við.

Skolið helminginn af blöndunni með skeið og hellið í heitt vöfflujárnið.

Lokaðu og eldaðu í 4 mínútur.

Takið vöffluna út og setjið á stóran disk. Endurtaktu ferlið með afganginum af deiginu.

Í annarri skál, bætið sinnepi og majó. Blandið saman þar til slétt.

Skerið vöfflurnar í fernt og notið majóblönduna sem ídýfu.

74. Beikon- og eggjakafflur

Undirbúningstími: 5 mínútur

Eldunartími: 10 mínútur

Skammtar: 2

HRÁEFNI:

2 egg

4 tsk kollagen peptíð, grasfóðrað

2 msk svínakjöt panko

3 sneiðar stökkt beikon

LEIÐBEININGAR:

Hitaðu upp smá vöffluvélina þína.

Blandið saman eggjum, svínakjöti og kollagenpeptíðum. Blandið vel saman. Skiptið deiginu í tvær litlar skálar.

Þegar það er tilbúið skaltu dreifa ½ af stökku söxuðu beikoninu jafnt á vöffluvélina.

Hellið einni skál af deiginu yfir beikonið. Eldið í 5 mínútur og endurtakið þetta skref strax fyrir seinni kaffuna.

Diskaðu soðnar köflur þínar og stráðu yfir auka Panko fyrir aukið marr.

75. Ostalaus morgunmatur Chaffle

Undirbúningstími: 4 mínútur

Eldunartími: 12 mínútur

Skammtar: 1

HRÁEFNI:

1 egg

1 bolli möndlumjólk ricotta, fínt rifið

1 msk möndlumjöl

2 msk smjör

LEIÐBEININGAR:

Blandið egginu, möndlumjölinu og ricotta saman í lítilli skál.

Skiptu köffludeiginu í tvennt og eldaðu hvern í 4 mínútur.

Hellið bræddu smjörinu ofan á köflurnar.

Setjið þær aftur á pönnuna og steikið á hvorri hlið í 2 mínútur.

Takið af pönnunni og leyfið þeim að sitja í 2 mínútur.

76. Beikonkaffla eggjakaka

Undirbúningstími: 5 mínútur

Eldunartími: 10 mínútur

Skammtar: 2

HRÁEFNI:

2 sneiðar beikon, hrátt

1 egg

1 tsk hlynseyði, valfrjálst

1 tsk allt krydd

LEIÐBEININGAR:

Setjið beikonsneiðarnar í blandara og kveikið á.

Þegar búið er að mala það er egginu og öllu kryddinu bætt út í. Haltu áfram að blanda þar til það er fljótandi.

Hitaðu vöffluvélina þína á hæstu stillingu og úðaðu með eldunarúða sem festist ekki.

Setjið helming eggjakökunnar í vöffluvélina og eldið í 5 mínútur að hámarki.

Fjarlægðu stökku eggjakökuna og endurtaktu sömu skref með restardæmi.

77. Avocado Chaffle Ristað brauð

Undirbúningstími: 4 mínútur

Eldunartími: 8 mínútur

Skammtar: 2

HRÁEFNI:

1 avókadó

1 egg

1 bolli cheddar ostur, fínt rifinn

1 msk möndlumjöl

1 tsk sítrónusafi, ferskt salt, malaður pipar eftir smekk

Parmesanostur, fínt rifinn til skrauts

LEIÐBEININGAR:

Hitaðu upp smá vöffluvélina þína.

Blandið egginu, möndlumjölinu saman við ostinn í lítilli skál.

Til að fá stökka skorpu skaltu bæta teskeið af rifnum osti í vöffluvélina og elda í 30 sekúndur.

Bætið blöndunni í vöffluvélina og eldið í 5 mínútur.

Endurtaktu með afganginum af deiginu.

Maukið avókadó með gaffli þar til það hefur blandast vel saman og bætið við sítrónusafa, salti, pipar

Toppið hverja kaffu með avókadóblöndu. Stráið parmesan yfir og njótið!

78. Keto Chaffle Vöffla

Undirbúningstími:

Eldunartími :

HRÁEFNI:

1 egg

1 bolli af rifnum mozzarellaosti

1 ½ matskeið af möndlumjöli

Klípa af lyftidufti

LEIÐBEININGAR:

Forhitaðu vöffluvélina þína.

Þeytið eggið og rifinn mozzarellaost saman í skál. Bætið síðan möndluduftinu og lyftiduftinu í skálina og þeytið þar til blandan er orðin jöfn.

Hellið svo blöndunni í miðju vöffluvélarinnar. Lokaðu vélinni og láttu vöfflurnar sjóða þar til þær eru gullinbrúnar. Berið fram og njótið.

79. Keto-kaffla toppað með saltkaramellusírópi

Undirbúningstími: 15 mín

Eldunartími: 10 mín

HRÁEFNI:

1 egg

1 bolli af mozzarellaosti

¼ bolli af rjóma

2 matskeiðar af kollagendufti

1 ½ matskeið af möndlumjöli

1 ½ matskeið af ósöltuðu smjöri Klípa af salti

¾ matskeið af erýtrítóli í duftformi Klípa af lyftidufti

LEIÐBEININGAR:

Forhitaðu vöffluvélina þína

Þeytið saman köffluhráefnið sem inniheldur eggið, mozzarella ostinn, möndlumjölið og lyftiduftið.

Hellið blöndunni á vöffluvélina. Látið það elda þar til það er gullbrúnt.

Til að búa til karamellusírópið skaltu kveikja á loganum undir pönnu á miðlungshita Bræðið ósaltað smjör á pönnunni.

Lækkið þá hitann og bætið kollagendufti og erythritol út á pönnuna og þeytið. Bætið rjómanum smám saman út í og takið af hitanum. Bætið svo salti við og haltu áfram að þeyta.

Hellið sírópinu á kaffuna og njótið.

80. Keto Chaffle Beikonsamloka

Undirbúningstími: 15 mín

Eldunartími: 10 mín

HRÁEFNI:

1 egg

1 bolli af rifnum mozzarellaosti

2 matskeiðar af kókosmjöli

2 ræmur af svína- eða nautabeikoni

1 sneið af hvaða osti sem er

2 matskeiðar af kókosolíu

LEIÐBEININGAR:

Forhitaðu vöffluvélina þína.

Þeytið 1 egg, ½ bolla af mozzarellaosti og möndlumjöli í skál. Hellið blöndunni á vöffluvélina. Látið það elda þar til það er gullbrúnt. Fjarlægðu síðan í disk.

Hitið kókosolíu á pönnu við meðalhita. Settu svo beikonstrimlurnar á pönnuna. Eldið þar til það er stökkt við meðalhita. Setjið beikonið og ostinn saman á kaffuna.

81. Stökkur kúrbítkaffi

Undirbúningstími: 15 mín

Eldunartími: 5 mín

HRÁEFNI:

2 egg

1 ferskur kúrbít

1 bolli af rifnum eða rifnum cheddarosti

2 klípa af salti

1 matskeið laukur (hakkað)

1 hvítlauksgeiri

LEIÐBEININGAR

Forhitið vöffluvélina.

Byrjaðu á því að skera laukinn í sneiðar og mauka hvítlaukinn. Rífið síðan kúrbítinn.

Bætið 2 eggjum og rifnum kúrbít í skál.

Bætið líka lauknum, salti og hvítlauk út í fyrir aukið bragð. Þú getur líka bætt við öðrum kryddjurtum til að gefa zaffle þínum stökku meira bragð. Stráið svo ½ bolla af osti ofan á vöffluvélina.

Bætið blöndunni úr skálinni í vöffluvélina. Bætið restinni af ostinum ofan á vöffluvélina og lokaðu vöffluvélinni. Gakktu úr skugga um að vöfflan eldist í um það bil 3 til 5 mínútur þar til hún verður gullinbrún.

Með lagskipunaraðferðinni muntu ná fullkomnu skörpum. Taktu kúrbítsköfflurnar þínar fram og berðu þær fram heitar og ferskar.

82. Buffalo hummus nautakjöt chaffless

Undirbúningstími: 15 mínútur

Eldunartími: 32 mínútur

Skammtar: 4

HRÁEFNI:

Tvö egg

1 bolli + ¼ bolli fínt rifinn cheddarostur, skipt tveimur niðurskornum ferskum lauk Salt

nýmalaður svartur pipar

Tvær kjúklingabringur, soðnar og niðurskornar ¼ bolli buffalsósa

3 msk lágkolvetna hummus

Tveir sellerístilkar, saxaðir

1 bolli mulinn gráðostur til áleggs

LEIÐBEININGAR

Forhitið vöfflujárnið.

Í meðalstórri skál, blandið eggjunum, 1 bolla af cheddar ostinum, lauknum, salti og svörtum pipar,

Opnaðu járnið og bætið fjórðungi af blöndunni út í. Lokið og eldið þar til það er stökkt

Flyttu kafflið yfir á disk og gerðu þrjár kaflausar til viðbótar á sama hátt.

Hitið í 400f, ofninn og klæðið bökunarpappírsplötu. Setja til hliðar.

Skerið hökulaust í fernt og raðið á bökunarplötuna.

Blandið kjúklingnum saman við buffalósósu, hummus og sellerí í meðalstórri skál.

Hellið kjúklingablöndunni á hvern fjórðung af chaffless og setjið afganginn af cheddarostinum ofan á.

Setjið bökunarplötuna í ofninn og bakið í 4 mínútur þar til osturinn bráðnar.

Takið úr ofninum og toppið með gráðostinum.

83. Blómkál Kalkúnn Chaffle

Undirbúningstími: 5 mínútur

Eldunartími: 12 mínútur

Skammtar: 2

HRÁEFNI:

Eitt stórt egg (þeytt)

1 bolli blómkálsgrjón

¼ bolli kalkúnn í teninga

1 tsk kókos amínó eða sojasósa

Klípa af möluðum svörtum pipar

Klípa af hvítum pipar

¼ tsk karrý

¼ tsk oregano

1 msk smjör (brætt)

¾ bolli rifinn mozzarellaostur

Eitt hvítlauksrif (mulið)

LEIÐBEININGAR:

Forhitið vöfflluvélina og úðið.

Blandið saman blómkálshrísgrjónum, hvítum pipar, svörtum pipar, karrýi og oregano í blöndunarskál.

Þeytið saman egg, sykur, pressaðan hvítlauk og kókos amínósýruna í öðrum blöndunarbolla.

Setjið eggjablönduna í ostablönduna og blandið hráefninu vandlega saman.

Hrærið kalkúnnum í teninga saman við.

Stráið 2 msk osti yfir vöffluvélina. Fylltu vöffluformið með hæfilegu magni af deiginu. Dreifið blöndunni út á brúnirnar til að hylja öll götin á vöffluvélinni. Stráið öðrum 2 msk osti yfir deigið.

Lokið vöffluvélinni og eldið í um 4 mínútur.

Eftir eldunarferlið skaltu fjarlægja kafið úr vöffluvélinni. Endurtaktu skref 6 til 8 þar til þú hefur eldað allt deigið í köflur.

84. Kafla með pylsusósu

Undirbúningstími: 10 mínútur

Eldunartími: 15 mínútur

Skammtar: 2

HRÁEFNI:

Pylsusósa:

bolli soðin morgunverðarpylsa 1/8 tsk laukduft

1/8 tsk hvítlauksduft

½ tsk pipar eða meira eftir smekk 3 msk kjúklingasoð

2 tsk rjómaostur

2 msk þungur þeyttur rjómi

tsk oregano

Chaffle:

1 msk möndlumjöl

1 msk fínt saxaður laukur

1/8 tsk salt

¼ tsk lyftiduft

bolli mozzarellaostur 1 egg (þeytt)

LEIÐBEININGAR:

Forhitið vöffluvélina og úðið.

Blandið saman möndlumjöli, hakkað lauk, mozzarella, bakstur duft og salt í blöndunarskál. Bætið egginu út í og blandið þar til hráefni eru vel sameinuð.

Lokið og bakið í um það bil 4 mínútur.

Eftir bökunarlotuna skaltu fjarlægja kaffuna úr vöffluvélinni. Endurtaktu skref 3 til 5 þar til þú hefur eldað allt deigið í köflur.

Hitið pott yfir miðlungs eða háum hita. Bætið oregano, hvítlauksdufti, laukdufti, pipar, rjómaosti og þeyttum rjóma út í kjúklingasoðið.

Lækkið hitann eftir suðu og látið malla í um 7 mínútur eða þar til sósu sósan þykknar.

Berið þunnlaust fram með sósunni og njótið þess.

85. Humar Chaffle

Undirbúningstími: 5 mínútur

Eldunartími: 8 mínútur

Skammtar: 2

HRÁEFNI:

1 egg (þeytt)

bolli rifinn mozzarellaostur ¼ tsk hvítlauksduft

¼ tsk laukduft

1/8 tsk ítalskt krydd Humarfylling:

1 bolli humarhalar (þiðnir)

1 msk majónesi

1 tsk þurrkuð basil

1 tsk sítrónusafi

1 msk saxaður grænn laukur

LEIÐBEININGAR:

Forhitið og úðið vöffluvélinni.

Blandaðu saman mozzarella, ítölsku kryddi, hvítlauk og laukdufti í blöndunarskál. Bætið egginu saman við og blandið þar til hráefnin hafa blandast vel saman.

Hellið hæfilegu magni af deiginu í vöffluvélina og dreifið úr deiginu þannig að það hylji öll götin á vöffluvélinni. Lokið vöffluvélinni og eldið í um 4 mínútur.

Eftir eldunarferlið skaltu fjarlægja og flytja hismið á vírgrind til að kólna.

Endurtaktu skref 3 til 5 þar til þú hefur soðið allt deigið í chaffless.

Fyrir fyllinguna er humarhalinn settur í blöndunarskál og majónesi, basil og sítrónusafa bætt út í. Hrærið þar til innihaldsefnin hafa blandast vel saman.

Fylltu hökulausa með humarblöndunni og skreytið með söxuðu grænn laukur.

Berið fram og njótið.

86. Bragðmikið svínabörkur

Undirbúningstími: 5 mínútur

Eldunartími: 10 mínútur

Skammtar: 2

HRÁEFNI:

1 tsk paprika

1 tsk oregano

1 tsk hvítlauksduft

1 laukur (fínt saxaður)

1 bolli svínabörkur (mulið)

1 bolli mozzarella ostur

1/8 tsk malaður svartur pipar

1 stórt egg (þeytt)

LEIÐBEININGAR:

Forhitið og úðið vöffluvélinni.

Blandið saman í blöndunarskál mulinn svínabörkur, ost, lauk, papriku, hvítlauksduft og pipar. Bætið egginu saman við og blandið þar til hráefnin hafa blandast vel saman.

Hellið hæfilegu magni af deiginu í vöffluvélina og dreifið úr deiginu þannig að það hylji öll götin á vöffluvélinni. Lokið vöffluvélinni og eldið í um það bil 5 mínútur.

Eftir eldunarferlið skaltu fjarlægja kafið úr vöffluvélinni. Endurtaktu skref 3 til 5 þar til þú hefur soðið allt deigið í chaffless.

Berið fram og toppið með sýrðum rjóma að vild.

87. Reyktur lax

Undirbúningstími: 10 mínútur

Eldunartími: 20 mínútur

Skammtar: 6

HRÁEFNI:

7 aura af laxi (reyktur)

börkurinn af hálfri sítrónu)

8 aura af rjómaosti

4 matskeiðar af dilli (fersku)

5 og 1/3 matskeið af majó til viðbótar

2 aura af salati

LEIÐBEININGAR:

Skerið laxinn í litla bita.

Blandið öllu hráefninu saman í skál.

Látið standa í 15 mínútur.

Setjið á salatblað.

88. Grilluð steik

Undirbúningstími: 8 mínútur

Eldunartími: 17 mínútur

Skammtar: 6

HRÁEFNI:

1 hvítlauksgeiri

1 matskeið af oregano (ferskt)

1 teskeið af salti

1 msk olía (ólífu)

¼ af teskeið af pipar

¼ af teskeið af piparflögum

1 matskeið lime safi (ferskur)

Þrjú sneið avókadó

Þrjár matskeiðar edik (notað rauðvín)

2 pund af flanksteik

Pipar

Salt

LEIÐBEININGAR:

Hitið grill í meðalháan hita eða 400 gráður.

Bætið öllu hráefninu fyrir sósuna í matvinnsluvél og blandið þar til hún er slétt.

Bætið avókadóinu og sósunni sem þú blandaðir saman við.

Kasta létt, svo það verði húðað en ekki nógu hart til að mylja avókadóið.

Taktu stofuhita flanksteik og kryddaðu báðar hliðar með pipar og salti.

Takið af grillinu og látið kólna í nokkrar mínútur.

Skerið steikina í sneiðar og dreypið sósu ofan á eða berið hana fram til hliðar.

89. Lítil morgunverðarkafflur

Undirbúningstími: 10 mínútur

Skammtar: 3

Eldunartími: 15 mínútur

HRÁEFNI:

6 tsk kókosmjöl

1 tsk stevía

1/4 tsk lyftiduft

2 egg

3 únsur. rjómaostur

1/2. tsk vanilluþykkni

Álegg

1 egg

6 sneiðar beikon

2 únsur. Hindber til áleggs

2 únsur. Bláber til áleggs

2 únsur. Jarðarber til áleggs

LEIÐBEININGAR:

Hitaðu ferkantaða vöffluvélina þína og smyrðu með matreiðsluúða.

Blandið saman kókosmjöli, stevíu, eggi, lyftidufti, osti og vanillu í blöndunarskálinni.

Hellið ½ af köfflublöndunni í vöffluvél.

Lokið og eldið köflurnar í um 3-5 mínútur.

Á meðan, steikið beikonsneiðar á pönnu við meðalhita í um 2-3 mínútur þar til þær eru eldaðar og færið þær yfir á disk.

Á sömu pönnu, steikið eggin eitt af öðru í afgangsfeiti af beikoni.

Þegar köfflur eru soðnar skaltu flytja þær varlega yfir á disk.

Berið fram með steiktum eggjum og beikonsneið og berjum ofan á.

Njóttu!

90. Stökkar köflur með eggi og aspas

Undirbúningstími: 10 mínútur

Skammtar: 1

Eldunartími: 10 mínútur

HRÁEFNI:

1 egg

1/4 bolli cheddar ostur

2 msk. möndlumjöl

tsk. lyftiduft

ÁBLAÐI 1 egg

4-5 stilkar aspas

1 tsk avókadóolía

LEIÐBEININGAR:

Forhitið vöffluformið í miðlungs-háan hita.

Blandið egginu, mozzarellaosti, möndlumjöli og lyftidufti saman við

Settu vöfflublönduna í miðju vöfflujárnsins. Lokið og látið elda í 5 mínútur Utes eða þar til vöfflan er gullinbrún og stíf.

Takið köfflur úr vöffluvélinni og berið fram.

Hitið olíu á meðan á nonstick pönnu.

Þegar pannan er orðin heit, steikið aspas í um 4-5 mínútur þar til hann er gullinbrúnn.

Steikið eggið í sjóðandi vatni í um 2-3 mínútur Utes.

Þegar köflur eru soðnar, takið þær úr mótaranum.

Berið köfflur fram með steiktu egginu og aspasnum.

91. Ljúffeng hindber taco köfflur

Undirbúningstími: 10 mínútur

Skammtar: 1

Eldunartími: 15 mínútur

HRÁEFNI:

1 eggjahvíta

1/4 bolli jack ostur, rifinn

1/4 bolli cheddar ostur, rifinn

1 tsk kókosmjöl

1/4 tsk lyftiduft

1/2 tsk stevía

Fyrir álegg

4 únsur. hindberjum

2 msk. kókosmjöl

2 únsur. ósykrað hindberjasósa

LEIÐBEININGAR:

Kveiktu á hringlaga vöffluvélinni þinni og smyrðu hann með matreiðsluúða þegar hann er orðinn heitur.

Blandið öllu hráefninu í skál og blandið saman með gaffli.

Hellið köffludeiginu í forhitaðan mótara og lokið.

Veltið taco-kafflinu í kring með eldhúsrúllu, leggið til hliðar og leyfið að stífna í nokkrar mínútur.

Þegar taco-kafflan er stillt skaltu taka hana af rúllunni.

Dýfið hindberjum í sósu og raðið á taco-kaffi.

Dreypið kókosmjöli ofan á.

Njóttu hindberja taco chaffle með ketókaffi.

92. Kókoshnetukafflar

Undirbúningstími: 10 mínútur

Skammtar: 2

Eldunartími: 5 mínútur

HRÁEFNI:

1 egg

1 únsa. rjómaostur,

1 únsa. Cheddar ostur

2 msk. kókosmjöl

1 tsk. stevía

1 msk. kókosolía, brætt

1/2 tsk. kókoshnetuþykkni

2 egg, mjúk sjóða til framreiðslu

LEIÐBEININGAR:

Hitaðu þig mínútur Dash vöffluvél og smyrðu með eldunarúða.

Blandið saman öllu hráefninu í skál.

Hellið vöffludeigi í forhitaðan vöffluform.

Þekja.

Eldið köflur í um 2-3 mínútur þar til þær eru gullinbrúnar.

Berið fram með soðnu eggi og njótið!

93. Eggjahræra á vorlaukskaffli

Undirbúningstími: 10 mínútur

Skammtar: 4

Eldunartími: 7-9 mínútur

HRÁEFNI:

Deig

4 egg

2 bollar rifinn mozzarellaostur

2 vorlaukar, smátt saxaðir

Salt og pipar eftir smekk

1 tsk þurrkað hvítlauksduft

2 matskeiðar möndlumjöl

2 matskeiðar kókosmjöl

2 matskeiðar smjör til að pensla vöffluvélina

6-8 egg

Salt og pipar

1 tsk ítölsk kryddblanda

1 matskeið ólífuolía

1 matskeið nýsöxuð steinselja

LEIÐBEININGAR:

Forhitið vöffluvélina.

Brjótið eggin og bætið rifnum osti út í réttinn.

Blandið þar til það er bara blandað saman, bætið svo söxuðum vorlauknum út í og kryddið með salti og pipar og þurrkuðu hvítlauksdufti.

Hrærið möndlumjölinu saman við og blandið vel saman.

Nuddaðu smjörinu á upphitaða vöffluvélina og settu nokkrar matskeiðar af deigi á.

Lokið lokinu og eldið í um 7–8 mínútur.

Á meðan köflurnar eru að eldast, undirbúið hrærðu eggin með því að þeyta eggin í skál þar til þau eru froðukennd.

Eftir smekk, kryddið með salti og svörtum pipar og notið ítalska kryddblönduna. Þeytið kryddin út í til að blanda saman.

Yfir miðlungshita, setjið fast pönnu og hitið olíuna

Hellið eggjunum á pönnuna og eldið þar til eggin eru orðin að smekk.

Berið fram hverja kaffu og toppið með nokkrum eggjahræru. Toppið með nýsaxaðri steinselju.

94. Egg á cheddar osti

Undirbúningstími: 10 mínútur

Skammtar: 4

Eldunartími: 7-9 mínútur

HRÁEFNI:

Deig

4 egg

2 bollar rifinn hvítur cheddar ostur Salt og pipar eftir smekk

2 matskeiðar smjör til að pensla vöffluvélina

4 stór egg

2 matskeiðar ólífuolía

LEIÐBEININGAR:

Forhitið vöffluvélina.

Brjótið og þeytið eggin í skál með gaffli.

Hrærið rifnum cheddarostinum saman við og kryddið með salti og pipar.

Nuddaðu smjörinu á heita vöffluvélina og settu nokkrar matskeiðar af deigi.

Lokið lokinu og eldið í um 7-8 mínútur.

Á meðan köflur eldast, eldið eggin.

Hitið olíuna í 2-3 mínútur við miðlungs lágan hita á stórri non-stick pönnu með loki.

Brjóttu egg í litlum ramekin og bættu því varlega á pönnuna. Endurtaktu á sama hátt fyrir hin 3 eggin.

Lokið og látið elda í 2 til 2 ½ mínútur fyrir stíf egg en með rennandi eggjarauðu.

Til að bera fram, setjið kaffla á hvern disk og toppið með eggi.

95. Avocado Chaffle Ristað brauð

Undirbúningstími: 10 mínútur

Skammtar: 3

Eldunartími: 10 mínútur

HRÁEFNI:

4 msk. avókadó mauk

1/2 tsk sítrónusafi

1/8 tsk salt

1/8 tsk svartur pipar

2 egg

1/2 bolli rifinn ostur

Til framreiðslu

3 egg

1 avókadó þunnt sneið

1 tómatur, skorinn í sneiðar

LEIÐBEININGAR:

Maukið avókadó mauk með sítrónusafa, salti og svörtum pipar í blöndunarskálinni þar til það hefur blandast vel saman.

Í lítilli skál þeytið egg og hellið eggjum í avókadóblönduna og blandið vel saman.

Kveiktu á vöffluvélinni til að forhita.

Hellið 1/8 af rifnum osti í vöffluvél og hellið svo ½ af eggja- og avókadóblöndu og síðan 1/8 rifnum osti.

Lokið og eldið köflur í um það bil 3 - 4 mínútur.

Endurtaktu með afganginum af blöndunni.

Á meðan er egg steikt á pönnu í um 1-2 mínútur.

Til að bera fram skaltu raða steiktu eggi á chaffle ristuðu brauði með avókadó sneið og tómötum.

Stráið salti og pipar yfir og njótið!

96. Cajun & Feta Chaffles

Undirbúningstími: 10 mínútur

Skammtar: 1

Eldunartími: 10 mínútur

HRÁEFNI:

1 eggjahvíta

1/4 bolli rifinn mozzarellaostur

2 msk. möndlumjöl

1 tsk Cajun krydd

TIL AFREISNUNAR

1 egg

4 únsur. fetaostur

1 tómatur, skorinn í sneiðar

LEIÐBEININGAR:

Þeytið saman egg, ost og krydd í skál.

Kveiktu á og smyrðu vöffluvélina með matreiðsluúða.

Hellið deiginu í forhitaðan vöffluvél.

Eldið köflur í um 2-3 mínútur þar til þær eru eldaðar.

Á meðan er eggið steikt á non-stick pönnu í um 1-2 mínútur.

Til að bera fram sett steikt egg á köflum með fetaosti og tómatsneið.

97. Stökkar köflur með pylsum

Undirbúningstími: 10 mínútur

Skammtar: 2

Eldunartími: 10 mínútur

HRÁEFNI:

1/2 bolli cheddar ostur

1/2 tsk. lyftiduft

1/4 bolli eggjahvítur

2 tsk. grasker krydd

1 egg, heilt

2 kjúklingapylsur

2 sneiðar beikon

salt og pipar eftir smekk

1 tsk. avókadóolíu

LEIÐBEININGAR:

Blandið öllu hráefninu saman í skál.

Leyfið deiginu að sitja á meðan vöfflujárnið hitnar.

Spreyið vöfflujárn með nonstick úða.

Hellið deigi í vöffluvélina og eldið.

Hitið olíuna á meðan og eldið eggið á pönnu.

Á sömu pönnu, steikið beikonsneið og pylsur við meðalhita í um 2-3 mínútur þar til eldað.

Þegar köflur eru orðnar vel soðnar skaltu fjarlægja þær úr framleiðandanum.

Berið fram með steiktu eggi, beikonsneið, pylsum.

98. Chili Chaffle

Undirbúningstími: 10 mínútur

Skammtar: 4

Eldunartími: 7-9 mínútur

HRÁEFNI:

Deig

4 egg

½ bolli rifinn parmesanostur

1½ bolli rifinn gulur cheddarostur

1 heitur rauður chilipipar

Salt og pipar eftir smekk

1 tsk þurrkað hvítlauksduft

1 tsk þurrkuð basil

2 matskeiðar möndlumjöl

2 matskeiðar ólífuolía til að pensla vöffluvélina

LEIÐBEININGAR:

Forhitið vöffluvélina.

Brjótið eggin í skál og bætið rifnum parmesan og cheddar osti út í.

Blandið þar til það hefur blandast saman og bætið söxuðum chilipipar út í. Kryddið með salti og pipar, þurrkuðu hvítlauksdufti og þurrkaðri basil. Hrærið möndlumjölinu saman við.

Blandið þar til allt hefur blandast saman.

Penslið hitna vöffluvélina með ólífuolíu og bætið við nokkrum matskeiðum af deiginu.

Lokið lokinu og eldið í um 7-8 mínútur.

99. Einfalt bragðmikið kaffla

Undirbúningstími: 10 mínútur

Skammtar: 4

Eldunartími: 7-9 mínútur

HRÁEFNI:

Deig

4 egg

1 bolli rifinn mozzarellaostur

1 bolli rifinn provolone ostur

½ bolli möndlumjöl

2 matskeiðar kókosmjöl

2½ tsk lyftiduft

Salt og pipar eftir smekk

2 matskeiðar smjör

LEIÐBEININGAR:

Forhitið vöffluvélina.

Bætið rifnum mozzarella og provolone osti í skál og blandið saman.

Bætið við möndlu- og kókosmjöli og lyftidufti og kryddið með salti og pipar.

Blandið saman með vírþeytara og hrærið eggin út í.

Hrærið öllu saman þar til deigið myndast.

Nuddið smjöri á upphitaða vöffluvélina og bætið við nokkrum matskeiðum af deiginu.

Lokið og eldið í um það bil 8 mínútur.

100. Pizza Chaffle

Undirbúningstími: 10 mínútur

Skammtar: 4

Eldunartími: 7-9 mínútur

HRÁEFNI:

Deig

4 egg

1½ bolli rifinn mozzarellaostur

1 bolli rifinn parmesanostur

2 matskeiðar tómatsósa

¼ bolli möndlumjöl

1½ tsk lyftiduft

Salt og pipar eftir smekk

1 tsk þurrkað oregano

¼ bolli sneið salami

2 matskeiðar ólífuolía til að pensla vöffluvélina

bolli tómatsósa til framreiðslu

LEIÐBEININGAR:

Forhitið vöffluvélina.

Bætið rifnum mozzarella og rifnum parmesan í skál og blandið saman.

Bætið við möndlumjöli og lyftidufti og kryddið með salti og pipar og þurrkuðu oregano.

Blandið saman með tréskeið og skellið eggjunum saman við.

Hrærið öllu saman þar til deigið myndast.

Hrærið söxuðu salamíinu saman við.

Penslið hitna vöffluvélina með ólífuolíu og bætið við nokkrum matskeiðum af deiginu.

Lokið og eldið í um það bil 7 mínútur.

Berið fram með auka tómatsósu ofan á og njótið.

NIÐURSTAÐA

Keto mataræði getur verið flókið mál, sérstaklega þegar þú ert að byrja. Þetta er venjulega raunin þegar kemur að eftirréttum, sykruðum mat og sumum mjólkurvörum. Ef þú ert ákafur fylgjendur ketó mataræðis, vona ég að matreiðslubókin mín fyrir sætu og bragðmiklar köffluuppskriftir muni hjálpa þér að leysa erfiðleikana sem þú hefur staðið frammi fyrir við matreiðslu. Lágkolvetnafyllingar eru mjög auðveldar í framleiðslu og hráefnin eru aðgengileg í matvörubúð eða matvöruverslun á staðnum.

Keto megrunarkúrar fylgjast reglulega með leiðum til að vera nákvæmar í mataræði þegar leitað er leiða til að gera það einfaldara. Kaflar eru ein af þessum matvælum sem hafa róandi áhrif á lágkolvetnalífsstíl. Mér finnst þau auðveld lækning og sem betur fer er hægt að njóta þeirra á ýmsum tímum dags.

Að lokum eru þau þægileg fyrir undirbúningsmáltíðir. Og við vitum hvernig að undirbúa máltíðir hjálpar til við árangursríka ketó megrun. Hægt er að frysta köflur til síðari notkunar og þær bragðast frábærlega þegar þær eru hlýnar og njóta þess síðar. Þegar þú ert orðinn hrifinn af köflum verða þær mikilvægur hluti af matnum þínum vegna ávinnings þeirra. Um leið og þú verður fljótt ástfanginn af köflum geturðu fundið að það eru tvær stórar leiðir til að njóta þeirra: sætt og bragðmikið. Með því að segja, rétt eins og hver annar matur, er leyndarmálið við að gera kafflana bragðgóðar með því að fá réttu verkfærin og eiga hráefnin.

www.ingramcontent.com/pod-product-compliance
Lightning Source LLC
Chambersburg PA
CBHW070648120526

44590CB00013BA/868